பறக்கும் வெண்குதிரை

சிறார் நாவல்

வன்மி

BOOKS FOR CHILDREN

Parakkum Venkuthirai
Vanmee
Front Cover & Illustration : **K.Chokkalingam**
First Published: December, 2022 | Second Print: September, 2023
Ilaiyor Ilakkiyam
imprint of Bharathi Puthakalayam
7, Elango Salai, Teynampet, Chennai - 600 018.
Email: bharathiputhakalayam@gmail.com | www.thamizhbooks.com

பறக்கும் வெண்குதிரை
வன்மி
அட்டைப்படம், ஓவியங்கள்: **கி.சொக்கலிங்கம்**
முதல் பதிப்பு: டிசம்பர், 2022 | இரண்டாம் அச்சு: செப்டம்பர், 2023
வெளியீடு:

BOOKS FOR CHILDREN

புக்ஸ் ஃபார் சில்ரன் | பாரதி புத்தகாலயத்தின் ஓர் அங்கம்
7, இளங்கோ சாலை, தேனாம்பேட்டை, சென்னை - 600 018.
தொலைபேசி : 044 24332424, 24330024 | விற்பனை: 24332924
விற்பனை உரிமை

பாரதி புத்தகாலயம்

விற்பனை நிலையங்கள்
அருப்புக்கோட்டை: கதவுஎண் 49 A/4 மெயின் ரோடு, தெற்கு தெரு - 9994173551
ஈரோடு: 39: 39 ஸ்டேட் பாங்க் சாலை - 9245448353
கரூர்: நாரத கானசபா அருகில் (TNGEA OFFICE) - 9442706676
காரைக்குடி : 12, 2 வது தெரு, கம்பன் மணிமண்டபம் பின்புறம் - 9443406150
கும்பகோணம்: 352, ரயில் நிலையம் எதிரில் - 9443995061
குன்னூர்: N.K.N வணிக வளாகம் பெட்போர்ட்
கோவை: 77, மசக்காளிபாளையம் ரோடு, பீளமேடு - 8903707294
சிதம்பரம்: 22A / 18B தேரடி கடைத் தெரு, கீழவீதி அருகில் - 9994399347
செங்கல்பட்டு: 1 D ஜி.எஸ்.டி சாலை - 044 27426964 | **சேலம்:** 15, வித்யாலயா சாலை சாலை
சேலம்: பாலம் 35, அத்வைத ஆஸ்ரமம் சாலை 0427 2335952
தஞ்சாவூர்: காந்திஜி வணிக வளாகம் காந்திஜி சாலை - 9655542400
திண்டுக்கல்: பேருந்து நிலையம் - 9942331105, 9976053719
திருச்சி: வெண்மணி இல்லம், கரூர் புறவழிச்சாலை - 9994289492
திருநெல்வேலி: நவஜீவன் டிரஸ்ட் வளாகம், 48-B/10, அம்பை ரோடு, வீரமாணிக்கபுரம் - 9442149981
திருப்பூர்: 447, அவினாசி சாலை - 9486105018
திருவண்ணாமலை: முத்தம்மாள் நகர் | **திருவல்லிக்கேணி:** 48, தேரடி தெரு - 9444428358
திருவாரூர்: 35, நேதாஜி சாலை - 9442540543 | **நாகர்கோவில்:** 699 கே.பி.ரோடு R.V.புரம் - 9443450111
நெய்வேலி: பேருந்து நிலையம் அருகில், - 9443659147
பழனி: பேருந்து நிலையம் அருகில் - 7010760693
பாண்டிச்சேரி : கிழக்கு கடற்கரைச்சாலை, இலாசுப்பேட்டை, 9486102777
பெரம்பூர்: 52, கூக்ஸ் ரோடு - 9444373716 | **மதுரை:** 37A, பெரியார் பேருந்து நிலையம் - 045 22324674
மதுரை: சர்வோதயா மெயின்ரோடு
வடபழனி: பேருந்து நிலையம் எதிரில் அடையார் ஆனந்தபவன் மாடியில் - 9444476967
விருதுநகர்: 131, கச்சேரி சாலை - 0456 2245300 | **வேலூர்:** பேஸ் III, சத்துவாச்சாரி - 9442553893

நினைத்த நூல்கள்... நினைத்த நேரத்தில்... thamizhbooks.com 8778073949

அச்சு : பிரிண்டெக், சென்னை - 600 005.
BharathiTV | www.bookday.in

சமர்ப்பணம்

என் தந்தை வீரமுத்து போஸ் அவர்களுக்கு...

நன்றிகள்...

யூமா வாசுகி • பொன்மூர்த்தி • அசோக் பன்னீர்செல்வம் • பைரவி ராமமூர்த்தி
சீனிவாசராவ் • பெ.பச்சமுத்து • வ.ஜெயவர்மன் • வ.யுவராஜ்

காத்திருந்த கதை...

பெரியவர்களுக்குக் கதை எழுதுவதைவிடச் சிறாருக்குக் கதை எழுதுவது சவாலான பணி என்பது, எழுதிப் பார்த்தவர்களுக்குத்தான் தெரியும். அந்தச் சவாலைச் சந்தித்து வெற்றி கண்டிருக்கிறார் வன்மி.

'பறக்கும் வெண்குதிரை' என்கிற இச்சிறார் நாவல், சிறார் இலக்கியத்துக்குண்டான சர்வ லட்சணங்களும் கைகூடி வந்திருக்கும் படைப்பாக நம் கைகளில் புரள்கிறது.

நாவலை வாசித்து முடிக்கும்போது இந்நாவலின் நாயகியான வளர்பிறையின் மன உலகத்துக்குள் நாமும் ஒருவராகி, அவளுடைய நியாயங்களே நம்முடைய நியாயங்களாகவும் அவளுடைய கவலைகளும் அக்கறைகளுமே நம்முடையனவாகவும் மாறிவிடுகின்ற மாயம் நிகழ்ந்துவிடுகிறது.

குழந்தைகளை ஒன்றுமே தெரியாத அப்பாவிகளாக, அல்லது அதீத புத்திசாலிகளாக மட்டுமே இரு எல்லைகளில் வைத்தே எழுதிக்கொண்டிருந்த கடந்த தலைமுறை சிறார் இலக்கியப் பாணிகள் ஒருவழியாக ஒழிந்ததே சாமி என்கிற பெருமூச்சு எழுகிறது.

அப்பத்தா வீட்டுக்கு அப்பாவுடன் போகும் வளர்பிறை, பெரியவர்களுடன் பேசிக்கொண்டிருக்காமல் வீட்டுக்குப் பின்னால் அடைபட்டிருக்கும் கோழிகளுடன் பேசப் போய்விடுகிறாள். அப்பத்தாவும் அப்பாவும் கோழியை அறுத்துக் குழம்பு வைப்பது பற்றிப் பேசிக்கொண்டிருப்பதைக் கேட்டு அதிர்ச்சி அடைந்து, கோழிக்காக அழுகிறாள். அந்தக் கருப்புக் கோழிதான் சாகப்போகும் கோழி என அறிந்து, அதைச் சாவிலிருந்து காப்பாற்றுவதற்காக அதை யாருக்கும் தெரியாமல் பிடித்துக் கொண்டுபோய் தூரத்துப் பொட்டல் காட்டில் விட்டு வருகிறாள்.

“இனிமே அப்பத்தா வீட்டுக்கு வந்திராதே... உன்ன கொன்னுருவாங்க... எங்க அப்பா உன் கழுத்த அறுத்துருவாரு... எனக்குத் தெரிஞ்சிபோச்சி... அப்பத்தாவும் அப்பாவும் பேசினதை நான் கேட்டேன்... அதான் உன்ன இங்க கூட்டியாந்திருக்கேன்... தப்பிச்சுப் போயிடு... இல்லன்னா கொழம்பு வச்சிருவாங்க... சரியா... சரியா..” என்று நல்ல வார்த்தைகள் சொல்லி, “ஓடிப்போ...” என்று காட்டுக்குள் விட்டு வருகிறாள்.

ஆனால், அவள் வீடு திரும்பிய கொஞ்சம் நேரத்தில் அதே கோழி, வீட்டுக்கே திரும்பி வந்து நிற்கிறது. இந்த முட்டாள் கோழியின் மீது அவளுக்குக் கோபம் வருகிறது. தன் உயிரைப் பற்றிக்கூடக் கவலைப்படாத அந்தக் கோழியை என்ன செய்வது என்று யோசிக்கிறாள். பிறகு, ‘காட்டுக்குள் கோழிக்குப் பாதுகாப்பான கோழிக்கூடு இல்லை அல்லவா, அதனால்தான் வந்துவிட்டது’ என்று தனக்குத் தானே சமாதானம் செய்துகொள்கிறாள்.

என்ன அற்புதமான காட்சி இது!

தமிழ்நாட்டின் கிராமப்புறக் குழந்தைகளை நாயகர்களாக வைத்து எழுதப்பட்ட மிகச் சிறந்த நாவலாக இந்த நாவல் வடிவம் கொண்டுள்ளது என்பதை மிகுந்த உற்சாகத்தோடு பாராட்டி வரவேற்கிறேன்.

எழுத்தாளர் சா.கந்தசாமி, கி.ராஜநாராயணன் போன்ற முன்னோடிகள் எழுதிப்பார்த்த கிராமத்து வாழ்வைக் குழந்தைகள் பார்வையில் விரித்துச் செல்வது இந்நாவலின் தனித்துவம்.

கதைக்குள் கதை என்கிற பாணியில், உள் அடுக்குகளோடு நாவல் பயணிப்பது நம் குழந்தைகளுக்கு மிகவும் பிடிக்கும் என்று உறுதியாக நம்புகிறேன். சிறார் இலக்கியத்திலும்

வட்டாரவாரியான இலக்கியங்கள் வரப்போவதன் முன்னறிவிப்பாக – ஒரு"பைலட் நாவலாக" – இந்நாவலை நான் பார்க்கிறேன் (கி. ரா.வின் 'பிஞ்சுகள்' ஏற்கனவே வந்திருந்தாலும் அது தொடரவில்லை).

வளர்பிறையும் அவளது நான்கு நண்பர்களும் மேற்கொள்ளும் பல சாகசப் பயணங்களே நாவலின் மையமாக இருப்பதால், சுவாரஸ்யத்துக்குக் குறைவே இல்லை.

தன் ஆகாயத்தைத் தொலைத்துவிட்ட கழுகு, வளர்பிறை தாளில் வரைகிற ஆகாயத்தில் வந்து பறப்பதும் அது ஒரு கதை சொல்வதும் வளர்பிறையின் கனவில் பறக்கும் வெண்குதிரை வருவதும் அது அவளையும் நண்பர்களையும் சுமந்து சென்று பூங்காட்டிற்குள் இறக்குவதும் 'கதி', 'மதி' என்கிற இரு குரங்குக் குட்டிகளின் அந்த வயதுக்கேயுரிய சேட்டைகளும் அக்குரங்குக் கதைக்கு ஊடாகவே மனிதர்களால் தன் நிலை மறக்கும் குரங்கு இனத்தின் சோகமும் என, கதை நேர்க்கோட்டு யதார்த்தக் கதையாக அல்லாமல் குழந்தைகள் மனம் போகும் போக்குப்படி இப்படியும் அப்படியுமாக மாயங்களும் கனவுகளுமாகப் பயணிக்கிறது.

தாயைப் பிரிந்த குட்டிக் குருவியின் துயரையும் தன் துயரையும் இணைத்து வளர்பிறை சொல்லும் கதையுடன் நாவல் முற்றுப்பெற்றாலும், நம் மனதில் கதை தொடர்ந்து கொண்டிருக்கிறது.

நீண்ட காலமாகக் காத்திருந்த அச்சு அசலான ஒரு தமிழ்க் கிராமத்துக் குழந்தைகள் நாவல் இப்போது நமக்குக் கிடைத்துவிட்டது என்கிற மகிச்சியுடன் இந்நாவலை இருகரம் நீட்டி வரவேற்கிறேன்.

மிக்க அன்புடன்,

ச. தமிழ்ச்செல்வன்

சிவகாசி – 626124.

02.01.2023

பறக்கும்
வெண்குதிரை

வாசிப்பதற்கு முன்னால்...

ஓர் இரவின் கனவினூடே, இந்தக் கதையின் நடமாட்டத்தை அறியத் தொடங்கினேன்.

வறண்டுபோன பெரியதொரு ஏரியின் நடுவில் நின்றபடி யூமா வாசுகியிடம் பேசிக்கொண்டிருந்த மாலையில், இந்தக் கதையின் தடங்கள் சிலவற்றைப் பற்றிச் சொன்னேன். அவர் பரவசமடைந்தார். ‘எழுதுங்கள், நன்றாக வரும்!’ என்றார்.

ஒவ்வொருமுறையும் என்னை எழுதத் தூண்டிய யூமா வாசுகியின் சொற்களும், இந்த நாவல் என்பால் கொண்டிருந்த தோழமையும்தான் இது உருவாகக் காரணம்.

என் சிறுவயது அனுபவங்களுக்கும் இதில் இடமுண்டு. பள்ளிப் பருவத்தில் நானும் நண்பர்களும் மதிய உணவு வேளையின்போது ஓடிப்போய் வாடகைக்குக் கதைப் புத்தகங்கள் வாங்கிப் படிப்போம். எல்லாம், அரை மணி நேரத்தில் வாசித்து முடிக்கக்கூடிய சிறிய புத்தகங்கள். ராணி காமிக்ஸ், அம்புலிமாமா எனக் கதைகளைத் தேடித் தேடி அலைந்து நாங்கள் கண்டடைந்த உலகம் மிகவும் விசாலமானது. அற்புதம் நிறைந்தது. அந்த மகிழ்வின் பேரொளியை நான் பத்திரப்படுத்தி வைத்திருந்தேன்.

என் தேடல்கள் பல்வேறாக திசை மாறிப் பன்நெடுந்தூரம் சென்றிருக்கின்றன. ஆனால் அப்போதும் அந்தப் பேரொளியின் சிறிது வெளிச்சம் அணைந்துவிடாமல் காத்த காலத்தின் கருணை எனக்கு வாய்த்தது. அந்த ஏந்துதலிலிருந்துதான் இதை எழுதியிருக்கிறேன்.

முன்னுரை எழுதியிருக்கும் அன்புக்குரிய ச.தமிழ்ச்செல்வன் அண்ணாச்சி அவர்களுக்கு மனமார்ந்த நன்றி.

- வன்மி

பட்டுக்கோட்டை

9965484240

பகுதி 1

இன்று விடுமுறை நாள் என்பதால் வளர்பிறைக்குச் சந்தோசமாயிருந்தது. அது நேற்றே மனதில் ஏற்பட்டது. விடுமுறை நாள் என்றால் வழக்கம் போல் நண்பர்களுடன் விளையாட்டு என்றுதான் பொழுது கழியும். என்றாலும் ஒவ்வொரு விடுமுறை நாளிலும் அது வேறு வேறான விளையாட்டுகளாய் தொடரும்.

வளர்பிறையின் வீட்டை ஒட்டிப்போகும் சந்தில் நான்கு அடி போனதும் வலதுபக்கம் ஒரு மண் பாதை திரும்பும். கொஞ்சதூரத்தில் ஒரு தோப்பு இருக்கிறது.

தோப்பு என்பது பெயர்தான். ஆனால் மரங்கள் அடர்ந்திருப்பதில்லை. சில அங்கொன்றும் இங்கொன்றுமாக மரங்கள் நிற்கும். பராமரிக்கப்படாத, வேலி அடைக்கப்படாத தோப்பு என்பதால் விளையாட எந்தச் சிரமமும் இருக்கவில்லை. அங்கேதான் சுந்தரியும் கனகும்

மம்முவும் வருவார்கள். எப்பொழுதாவது சலீம் வருவான். இந்த நான்கு பேரும்தான் வளர்பிறைக்கு விளையாட்டு நண்பர்கள். தன் வயதுக்கு கிட்டத்தட்ட நெருக்கமானவர்கள் என்பதால் வளர்பிறை அந்த நான்கு பேரிடமும் அன்புடன் பழகினாள்.

விடுமுறை நாட்களில் காலை உணவு முடிந்தவுடன் அந்தத் தோப்பில் அவர்கள் சந்திப்பது வழக்கம். சந்தித்தவுடன்தான் என்ன விளையாடவேண்டும் என்பதே தீர்மானிக்கப்படும். முடிவு வளர்பிறைதான் சொல்லவேண்டும் என்று அவர்களுக்குள் ஒரு கட்டுப்பாடு இருந்தது.

அதற்கு வேறு காரணம் இல்லையென்றாலும், வளர்பிறை விளையாட்டு ஒழுங்குகளில் கறாராய் இருப்பாள். அவர்களுக்குள் சண்டை வராமல் சமரசம் செய்து, தவறு செய்துவிட்டால் சற்று கண்டிப்புடன் நடந்துகொள்வாள்.

போன விடுமுறை நாளின் முடிவில் அடுத்த விடுமுறையில் நாம் சமைத்து விளையாடலாம் என்று நண்பர்களின் உரையாடலில் முடிவெடுக்கப்பட்டது. அதன்படி வளர்பிறை கொஞ்சம் பருப்பும் சின்ன பாத்திரமும் எடுத்துக்கொண்டு வந்துவிடுவதாய் சொல்லி யிருந்தாள்.

மம்மு ஒரு கைப்பிடி அரிசியும், சுந்தரி ஒரு கைப்பிடி அரிசியும் கொண்டுவருதாக உறுதியளித்திருந்தார்கள்.

கனகு தன் பங்கிற்கு ஒரு சின்ன பாத்திரமும் தண்ணீரும் எடுத்து வருவதாகச் சொல்லியிருந்தான். சலீம் வீடு தோப்புக்கருகில்தான் இருந்தது. அப்போதைக்கு என்ன வேண்டுமோ தருவதாகச் சொல்லியிருந்தான்.

வளர்பிறையின் அப்பா விடியற்காலையிலேயே கிளம்பி விடுவார். அம்மா எட்டு மணிவாக்கில் சமையல் வேலைக்குக் கிளம்பி விடுவாள். போகும்போது வளர்பிறைக்குச் சாப்பாடு செய்து வைத்து விட்டுச் சாப்பிடச் சொல்லிவிட்டுப் போவாள். அம்மா போனபிறகு பாத்திரங்களை சாம்பலையும் மண்ணையும் சேர்த்துத் தேய்த்துக் கழுவி வைத்துவிட்டு வீட்டை சுத்தம் செய்துவிட்டு குளித்தாள். விளையாடப்போகும் விறுவிறுப்பு மனதில் பற்றிக் கொள்ள, சாப்பிட்டுவிட்டு தலைமுடியை அவளாகவே வகிடெடுத்து சீவி பவுடர் அடித்துக்கொண்டு சின்னக் கண்ணாடியில் முகம் பார்த்தாள்.

அவள் அம்மா கண்ணாடி ஓரத்தில் ஒட்டிவைத்திருந்த சின்னப்பொட்டை நெற்றிக்கு நடுவே அழுத்திவிட்டு சரியாயிருக்கிறதா என்று பார்த்துக்கொண்டாள்.

தோப்பின் முள்வேலிகள் முறுக்கிக்கொண்டு கழன்று, தளர்ந்து தரையில் கிடந்தன. வளர்பிறை அதனைத் தாண்டி நடந்தாள். மம்முவும் சுந்தரியும் மரத்தினடியில் நின்றிருந்தனர். கனகைக் காணவில்லை. வளர்பிறை தான் கொண்டுவந்திருந்த பருப்பையும் பாத்திரத்தையும் ஒரு ஓரமாய் காய்ந்த சருகுகளுக்கு மேலே வைத்தாள்.

“கனகு இன்னும் வரல” என்றாள்.

“அவன்தான் சோம்பேறிக் கழுதையாச்சே… இனிமேதான் வருவான்” என்று அலுத்துக்கொண்டாள் சுந்தரி.

சுந்தரி நடுவகிடெடுத்து இரட்டைச்சடை போட்டு கழுத்துக்குப் பக்கத்தில் ரிப்பன் போட்டு முடிந்திருந்தாள். எப்போழுதும் இரட்டைச்சடைதான். அது அவளுக்குப் பொருத்தமானதாகவும் அழகாகவும் இருந்தது. எப்போதும் சிரிக்கும் குணம். சிரித்தால் முன் ஐந்து பற்களுக்கு அடுத்து இடதுபக்கம் பல் விழுந்த ஓட்டை தெரியும். அப்படியும் அவள் முகம் அழகுடன் இருக்கும்.

“நீ என்ன கொண்டுவந்தே?” வளர்பிறை ஒரு கண்டிப்புக் குரலில் கேட்கவும், “நான் ஒருகைக்கு இரண்டு கை அரிசி கொண்டு வந்திருக்கேன். அதுவும் பச்சரிசி…” என்றாள் சுந்தரி. வளர்பிறைக்குச் சந்தோசம் தாங்கவில்லை.

“மம்மு நீ…” என்றாள்.

“என் வீட்ல பச்சரிசி வாங்கல… புழுங்கரிசிதான்… அதைத்தான் சாப்பிட்றோம். நான் இதையெடுத்து வரவே படுபாடு பட்டுவிட்டேன். அம்மாவிற்குத் தெரியாமல் என் அக்காளுக்குத் தெரியாமல் கால்சட்டை சோப்பில் சேகரித்து எடுத்துவந்தேன் வளர்…” என்று அப்பாவியாக முகத்தை வைத்துக்கொண்டு சொன்னான்.

“அட மம்மு… வெம்பொங்கலுக்கு பச்சரிசிதான் சரி… அதுக்குப் பதிலா பருப்பு எடுத்து வந்திருக்காலம்ல… சரி விடு… பார்த்துக்கலாம்…” என்றாள் வளர்பிறை.

அப்போதுதான் வேலியைத் தாண்டி கனகு ஓடிவந்தான். அவன் கையில் ஒரு மஞ்சள் பை வைத்திருந்தான். இரண்டு பிளாஸ்டிக் பாட்டில்களில் தண்ணீர் இருந்தது. அதற்கிடையில் தட்டு போன்ற பாத்திரமும் எடுத்து வந்திருந்தான். வந்ததும் அதனை வளர்பிறையிடம் நீட்டினான்.

"ஏன் இவ்வளவு வேகமாக வர்றே...? கொஞ்சம் பொறுமையா கிளம்பி வந்திருக்கலாமே! பார், உனக்கு வியர்த்திருக்கு... தொடச்சிக்கோ..." என்றாள் வளர்பிறை.சட்டென்று சட்டையைத் தூக்கி முகத்தை கனகு துடைத்துக்கொண்டான்.

வெளிறிய மஞ்சள் நிறச் சட்டையும், அரக்கு நிற அரைக்கால் டிரவ்சரும் சற்றுக் கறுப்பான அவனுக்கு எடுப்பாய் இருந்தது. சட்டையின் கீழ் பட்டன் அறுந்து விட்டிருந்ததால் இலகுவாக அவன் அதை முகம் துடைப்பதற்குப் பயன் படுத்திக்கொண்டான்.

வளர்பிறை சட்டென்று பரபரப்பானாள். அவள் கொண்டு வந்திருந்த பாத்திரத்தை எடுத்து தண்ணீர் விட்டு கழுவியவாறே சுந்தரிக்கும் மம்முவுக்கும் கட்டளையிட்டாள்.

"மம்மு... நீ அந்த முருங்கக்கா மரத்துகிட்ட போய் நின்னு சலீம்னு கூப்பிடு... அவன் வருவான்... சுந்தரி நீ சீக்கிரம் போய் மரப்பட்டையும் காய்ஞ்ச சுள்ளிக்குச்சியும் கொண்டுவா.. கனகு நீ கல்லெடுத்துவா...பெரிசு பெரிசா எடுக்காதே பாத்தரம் வக்கிறது மாதிரி பாத்து எடுத்துட்டு வா..." என்றாள். எதிர் கேள்வி கேட்காது மூவரும் விரைந்தோடினார்கள்.

சிறிது நேரத்தில் கனகு இரண்டு உடைந்த செங்கலோடு வந்தான். மம்மு போனவேகத்தில் ஓட்டப்பந்தயம் போல வந்து எல்லைக் கோட்டில் நிற்பது மாதிரி நின்றான்.

"வளரு...சலீம் இப்ப வரன்னான்...என்ன கொண்டுவரன்னு கேட்டான்... எனக்குத் தெரியாதுன்னு சொல்லிட்டேன்..."

"அவன் வரட்டும் நான் சொல்லிக்கிறேன்..."என்றாள் வளர்பிறை.

நன்கு உயர்ந்த வேம்பு மரத்தின் நிழலில் சமையலுக்கான வேலைகள் தொடங்கியது. கைகளைக்கொண்டே மணலில் ஒரு சிறு பள்ளத்தை ஏற்படுத்தினாள்.

அதனை ஒட்டியவாறே இரண்டு செங்கற்களையும் மூன்றாய் உடைத்து நிமிர்ந்தவாறு வைத்துப் பாத்திரத்தை வைத்து சரியாக இருக்கிறதா என்று ஒரு முறை வைத்துப் பார்த்துவிட்டு ஒரு

கசங்கிய செய்தித்தாளைத் தடவிச் சீர்செய்து தரையில் விரித்துக் கொண்டுவந்திருந்த பச்சரியை அதில் கொட்டினாள். அதற்குள் சுந்தரி தனது நீளப் பாவாடையில் சில குச்சிகளையும், மரப்பட்டைகளையும் மடித்து ஒரு முனையைப் பிடித்தவாறு வந்து கீழே போட்டாள்.

வளர்பிறை குச்சிகளை எடுத்துப் பார்த்துவிட்டு காய்ந்தவற்றை தனியே பிரித்துவைத்தாள். அதனைப் பார்த்த சுந்தரி "ஏன் இது தீயில எரியாதா...?" எனக் கேட்டாள்.

"காய்ஞ்ச குச்சி சீக்கிரமா தீப்பத்திக்கும். அது எரியறப்ப இந்தக் குச்சிய வச்சா நின்னு எரியும்... இத மொத வச்சாப் பத்தாது... பொகையும்... நாம ஊதி ஊதி களைச்சுப் போயிருவோம்..." என்றாள்.

"அப்போ டீவில பசுமைக்காடுகள் பத்திகிட்டு எரியுதுன்னு போட்றாங்க... பொக பொகயா வருது கொளுந்துவிட்டு எரியுது... எல்லாம் பச்சேப் பச்சேன்னுதானே இருந்துருக்கும்... ஆனா அது எப்படி எரியும்...?"

வளர்பிறை சுந்தரியைக் கண் இமைக்காமல் பார்த்தாள். அவளுக்கு அதற்கான சரியான பதில் சொல்லத் தெரியவில்லை. சற்று மௌனமாக இருந்துவிட்டு... "இத உங்க டீச்சர்கிட்ட நீ கேட்டீயா சுந்தரி?" என்றாள்.

"கேட்டேனே... காட்டுத்தீக்குக் காரணம் நெறயவாம்... உனக்கேன் இந்தக் கேள்வின்னு அடிக்க ஓங்கினாங்க... நான் அமைதியாய்ட்டேன்..." என்று சிரித்தாள் சுந்தரி.

"ஏன் கேள்வி கேக்கக்கூடாதா...?"

"கேக்கக்கூடாதுன்னுதான் சொல்றாங்க...கடைசி பெஞ்ச் அபுபக்கர் கேள்வி கேட்டான்னு மடமடன்னு அடிச்சாங்க... முட்டாள்னு திட்டிட்டாங்க... அன்னைக்கு முழுசும் அழுதிட்டே இருந்தான்... அதுக்கப்பறம் எங்க கிளாஸ்ல யாரும் கேள்வி கேக்கமாட்டோம்... டீச்சர் மட்டுந்தான் எங்ககிட்ட கேள்வி கேப்பாங்க... நீ சொல்லு வளர்... காடு தானா எப்படி எரியும்...?"

அப்போது சலீம் வந்துவிட்டான். அவன் கொண்டுவந்திருந்த தீப்பெட்டியை வாங்கி காய்ந்த விறகுகளை அடுக்கி ஒரு பேப்பரைச் சுருட்டி நெருப்புப் பற்றவைத்து விறகுக்கு இடையில் நெருக்கமாய் வைக்க, மெல்ல பற்றத் தொடங்கியது. தண்ணீர் நிரம்பிய

பாத்திரத்தில் கொஞ்சமாக உப்பு போட்டுச் செங்கல்மேல் வைத்தாள். கொஞ்சம் புகையும் நெருப்புமாய் அந்த உடனடி அடுப்பு எரியத் தொடங்கியதும் வளர் எழுந்துகொண்டாள்.

"சுந்தரி, காடு எப்படி எரியுதுன்னு நான் எங்க அம்மாகிட்டே கேட்டுச்சொல்றேன்..." என்றாள் வளர்பிறை. சுந்தரி தலையாட்டி "சரி..." என்றாள். மம்மு அடுப்பிற்குச் சற்று தள்ளி மரநிழலில் சம்மணமிட்டு உட்கார்ந்து கொண்டான். அங்கிருந்தவாறே அடுப்பையும் நெருப்பையும் பார்த்துக் கொண்டிருந்தான்.

கனகு அங்கே சாய்வாய் வளர்ந்திருந்த மாமரத்தில் ஏறுவதில் ஆர்வமாய் இருந்தான். அது ஒரு காய்க்காத மாமரம். சில கிளைகள் விட்டு வளரத் தொடங்கியிருக்கிறது. ஆனாலும் அதன் அடி பெருத்து வளைந்திருப்பதால் எளிதில் ஏறிவிடலாம் என்று தோன்றியது கனகுக்கு. சலீம், வளர்பிறைக்கும் மம்முவிற்கும் இடையில் வசதியாய் உட்கார்ந்து கொண்டான்.

"பொற என்ன சமக்கப்போற...?"

"டே... பொறன்னு கூப்புடாதன்னு சொல்லிருக்கேன்ல... வளர்னு கூப்பிடு...இல்லன்னா உன்ன சளின்னு கூப்பிடுவேன்..."

"உம்பேரு வளர்பொறதானே...?"

"அது பொறல்ல பிறை... உனக்கு வாய்க்குள்ள நொழையலன்னா... வளர்னு கூப்பிடு... வேணும்ன்னே கூப்பிடாதே..."

"சரி, இப்ப என்ன சாப்பாடு செய்யப்போற...?"

"வெம்பொங்கல்..."

"அதெல்லாம் எங்க வீட்ல செஞ்சதே கெடயாதே...எப்டியிருக்குமோ தெரியல... நீ பேசமா கோழிக்கொழம்பு செஞ்சிருக்கலாம்..."

வளர்பிறை அவனைப் பார்த்தாள். அவன் அடுப்பைப் பார்த்தவாறு உட்கார்ந்திருந்தான்.

"ச்சீ... கவுச்சி....எங்க வீட்ல வெரதம்... சாப்புடக்கூடாது..." என்று முகம் சுளித்துக்கொண்டவாறே மம்மு ஒரு கண்ணை மூடிக்கொண்டான்.

"கோழியை நீ சாப்புடுவியா...? பாவம் இல்லையா...?நாமதான் அத வளக்குறோம்... அரிசி போடறோம்... நம்மள சுத்தி சுத்தி வருதுல்ல... அப்பறம் அதயே பிச்சி திம்பியா..."

சலீம் கோபமாய் திரும்பினான். "நாங்க எங்க வளக்கறோம்... கடைலதானே போய் வாங்குவோம்..."

"எப்பிடி இருந்தாலும் பாவந்தான்... நான் கோழி மட்டும் திங்க மாட்டேன்..."

"அப்ப முட்ட...?"

"அத சாப்புடுவேன்... கோழி நமக்கு தர்ற பரிசு... அது... அம்மா சொல்லியிருக்காங்க... முட்ட சாப்பிடலாம்னு...எங்க ஆத்தா வீட்டுக்குப் போறப்ப நெறய முட்டை எடுத்துட்டு வருவேன்... எங்கம்மா அத அவிச்சித் தரும்."

"அப்ப கவிச்சி சாப்பிடக்கூடாதா...?" என்றான் மரத்திலிருந்த கனகு அப்பாவியாய் முகத்தை வைத்துக்கொண்டு.

சுந்தரி சிரித்தாள். "யார் யாருக்கெல்லாம் என்ன புடிக்குமோ அதச் சாப்பிட வேண்டியதுதான்...பிடிச்சா சாப்புடு, பிடிக்கலன்னா விட்டுருன்னு எங்க தாத்தா சொல்லும்... புல்ல மானு திங்கும்... மான புலி திங்கும்..."

மம்மு அமைதியாயிருந்தவன், "அப்ப புலிய யாரு திம்பா... சிங்கந்தானே... சிங்கந்தானே காட்டுக்கு ராசா..." கனகு சப்தமிட்டுச் சிரித்தான். அவனுக்குப் பிறகு சலீம் சிரிக்க வளர்பிறையும் சிரித்தாள்.

சிறிது நேரத்தில் அரிசியிட்டு பருப்பிட்டு... அவர்களுக்கான வெண்பொங்கல் செய்து முடித்தாயிற்று. சுந்தரியும், கனகும் பூவரச இலையைப் பறித்து வந்தார்கள். வளர்பிறை எல்லோருக்கும் சுடச்சுட வெண்பொங்கலைப் பங்கிட்டாள்.

சலீம் "எனக்கு வேணா..." என்றான்.

வளர்பிறை அவன் கையில் திணித்து, "சாப்பிடு. இது கூட்டாஞ்சோறு... சுவையாருக்கும்..." என்றாள்.

சலீம் கையில் வாங்கி கொஞ்சம் எடுத்து வாயில் போட்டான். அப்போது சலீமின் அம்மா கூப்பிடும் சப்தம் கேட்கவே கையில் பொங்கலோடு ஓடினான்.

"வீசிறாதே... சாப்ட்ரு..." என்று வளர்பிறையின் குரல் அந்தத் தோப்பை விட்டு வெளியே கேட்டது.

பகுதி 2

பெட்டிக்கடையில் சைக்கிளை நிறுத்தி வளர்பிறையை இறக்கிவிட்டார் அப்பா. அடிக்கடி போகும் பெட்டிக் கடைதான். ஒரு வயதான தாத்தாதான் அந்தப் பெட்டிக் கடையில் இருந்தார்.

"என்ன வேண்டும்...?" அப்பா கேட்கவும், "ஆத்தாவுக்கு வெத்தலையும் பாக்கும்... மேரி பிஸ்கட்டும்.." என்றாள்.

"ஆத்தாவுக்கு பல்லு ஆடுது பிஸ்கட் திங்காது... உனக்கு என்ன வேணும்னு கேள்..." என்றார் அப்பா.

"அதெல்லாம் ஆத்தா பிஸ்கட்ட டீயில நனைச்சித் திங்கும்...நீங்க வாங்குங்க... எனக்கு ஒரு முறுக்கும் கடலமுட்டாயும்..." என்றாள்.

அப்பொழுது பெட்டிக் கடை தாத்தா முறுக்கையும் கடலை மிட்டாயையும் ஒரு

பேப்பரில் மடித்து வைத்துவிட்டு மேரி பிஸ்கட் பாக்கட் ஒன்றும் எடுத்து வைத்துவிட்டு வெற்றிலையை மடித்தார்.

"எங்க கெளம்பிட்டீயே... அப்பத்தா வீட்டுக்கா...?"

ஆமாம் என்பதுபோல் வளர்பிறை தலையாட்டிச் சிரித்துக் கொண்டாள். பொட்டலங்களை அப்பா ஒரு மஞ்சள் பையில் வைத்து சைக்கிள் ஹேண்டில் பாரில் மாட்டிவிட்டு வளர்பிறையை சைக்கிள் கேரியரில் தூக்கி உட்கார வைத்து மிதிக்க, சைக்கிள் கிழக்குப் பக்கமாய் இருந்த சாலையில் போனது.

சிறு சிறு கீற்றுக்கொட்டகைகளும் சில மாடி வீடுகளும் வந்துபோனது. சைக்கிள் கொஞ்சம் வேகமெடுத்தது. அப்பாவின் இடுப்பின் மேல் கைவைத்துப் பற்றிக்கொண்டாள். இப்போது செடிகளும், மரங்களும் சிறு சிறு புதர்களும் அவளுக்குப் பின்புறமாய் ஓடிக்கொண்டிருப்பதாக அவளுக்க தெரிந்தது.

அவள் சில மரங்களைத் திரும்பிப் பார்த்தாள். அவை வெகுதூரம் ஓடி மறைந்தன. இடதுபுறமும் அப்படித்தான் ஓடிக்கொண்டிருந்தது. வலதுபுறமும் அவ்வாறே ஓடிக்கொண்டிருந்தது.

பல விழுதுகள் விழுந்து பருத்த ஆலமரம் ஒன்று அவர்களுக்கருகே வந்தது. வளர்பிறை அப்பெரும் மரத்தை அண்ணாந்து பார்த்தாள். பல கிளைகள் விரிந்து உயரமாய் நின்றிருந்தது. கனகு இங்கு இருந்திருந்தால் இந்நேரத்திற்கு தொங்குகிற விழுதுகளைப் பற்றிக்கொண்டு ஏறியிருப்பான் என்று அவளுக்குத் தோன்றியது.

அவன் மரம் ஏறுவதில் ஆர்வமாய் இருந்தான். விழுதுகள் அற்ற மரங்களிலேயே அவன் ஏறிவிடும்போது பெரும் பெரும் விழுதுகள் சுற்றிலும் தொங்கவிட்டுக்கொண்டு ராட்சச யானை போல் இருக்கும் இந்த மரம் கிடைத்தால் மிகுந்த சந்தோசமாகிவிடுவான்.

சில நேரங்களில் மரங்களில் இருக்கும் பொந்துகளில் இருக்கும் பறவை முட்டைகளை அவன் பார்த்துவிட்டு அது எப்படியிருந்தது என்று கைகளைக் குவித்து அதன் அளவை சொல்லுவான். வளர்பிறைக்கும் அவள் நண்பர்களுக்கும் மிகவும் ஆச்சர்யமாகவும் சந்தோசமாகவும் இருந்தாலும் அவனை மாதிரி மரம் ஏறிப் பார்க்க முடியாது.

"உம்மையாவாடா..." மம்மு கண்களை விரித்து வாயை அகலமாய்த் திறந்து கேட்பான். வளர்பிறைக்கும் பெரும்

ஆச்சர்யம்தான். ஆனாலும் அதனை நாம் பார்க்க முடியவில்லையே என்ற வருத்தம் இருந்துகொண்டிருந்தது. கனகு சொல்லும் அதன் அளவையும், எண்ணிக்கையையும் பார்க்கவேண்டும்போல் அவளுக்கு ஒரு தனி ஆர்வம் இருந்தது. எப்போதாவது சின்ன மரத்தில் கூடு இருப்பதைப் பார்த்தால் தன்னை அழைத்துப்போய் காண்பிப்பதாக அவர்களுக்குள் ஒரு ஒப்பந்தமும் இருந்தது. சலீமும் மரம் ஏறக்கூடியவன்தான். ஆனால் கனகு மாதிரியில்லை.

என்றைக்காவது விடுமுறை நாட்களில் கனகை இந்தப் பெரிய மரத்திற்கு அழைத்து வரவேண்டும் என்றவாறே அவள் நினைத்துக் கொண்டாள்.

சைக்கிள் ஆலமரத்தைத் தாண்டி செம்மண் சாலையில் திரும்பியது. சிறிது தூரத்திலேயே ‘பட..பட’ வென சப்தம் மிகத் துல்லியமாகக் கேட்டது. அப்பாவின் வலது பக்கம் எட்டி பார்த்தாள் வளர்பிறை. அது வானத்திலிருந்து வருவது போல் இருந்தது. சற்று மேலே பார்த்தாள்.

அந்தச் சப்தம் தொடர்ந்து ஒன்றுபோல் இல்லை. மழை வருவதற்கான இடியாய் இருக்குமோ என அவள் நினைப்பதற்குள், சப்தம் அவர்களை நெருங்கியது. சட்டென்று அவளுக்குப் புரிந்து போனது.

சாலையோரம் மிக உயரமாய் வரிசையாய் இருந்த பனை மரங்களின் மேல் இருந்துதான் சப்தம் வருகிறது என்று அவள் புரிந்துகொண்டாள். நிறைய மரங்கள் இருந்தன. காற்றின் வேகத்தினால்தான் அவை சப்தமிட்டன.

அது பனை மரங்கள் என்பதை அப்பாதான் சொல்லித் தந்தார் வளர்பிறைக்கு. அதில் கொத்துக்கொத்தாய் தொங்கும் நுங்குகள் அவளுக்குப் பிடித்தமானவைதான். வெயில் காலத்தில் அப்பா அவளுக்கு எடுத்து வந்திருக்கிறார். கொப்புடன் அவர் எடுத்து வந்தபோது அதன் பெயர் வளர்பிறைக்கு என்ன என்று தெரியாது.

அப்பா அதனைத் தனித்தனியாகப் பிரித்து அரிவாளால் சீவி அதன் உள்ளிருந்து வெண்சுளையைத் தனியே பிரித்து தந்தபோது அதனை எப்படிச் சாப்பிடுவது என்று பார்த்துக்கொண்டிருந்தாள்.

அப்போது அப்பா அந்தச் சுளையை ஒரு பக்கமாக விரல்களால் பெயர்த்து அதிலிருந்து வழிந்த சுவையான நீரை வாயைத் திறக்கச் சொல்லி ஊற்றினார். மிகக் குறைந்த சுவையான நீர்தான். பிறகு

அதன் மீது போர்த்தியிருந்த ஓடுபோல் இருந்த துவர்ப்பை அகற்றி பள பளவென்றிருந்த சதையை ஊட்டி விட்டார். அற்புதமான சுவையுடன் இருந்தது அவளுக்கு. அந்தச் சுவையை அவளால் மறக்க முடியவில்லை.

“எதுலப்பா காய்க்கும்...? செடியிலயா...?”

“மரத்துலதான். பெரிய கறுப்பு மரம்...”

“அந்த மரத்துக்குப் பேரென்னப்பா...?”

“பனைமரம்... நொங்கு மரம்னு சொல்லுவாங்க...” என்றார். அதற்குப் பிறகு சுசி டீச்சர் பள்ளியில் மரங்களைப் பற்றி வகுப்பெடுத்த போது வரைந்து காண்பித்தாள். அதில் பனைமரமும் ஒன்று.

பனை மரத்தை கடந்து போகும் முன் வளர்பிறை அந்தக் கேள்வியை கேட்டுவிட்டாள்.

“அப்பா, இதானே பனை மரம்...? நீங்கள் வாங்கிட்டு வந்த நொங்கெல்லாம் இதோடதுதானே...?”

சட்டென்று அப்பா சைக்கிளை நிறுத்தினார்.

“அட ஆமாம்... வளர் இதுதான் அந்தப் பனை மரம்...எவ்ளோ பெரிசா இருக்கு பாரேன்...”

சைக்கிளை விட்டு இறங்கி வளர்பிறையை இறக்கிவிட்டார். அப்பா. மரம் இன்னும் பெரிதாகத் தெரிந்தது. அப்பாவின் உயரத்தை விட பல மடங்கு பெரிதாய் இருந்தது.தலையைத் தூக்கித்தான் மரத்தைப் பார்க்க வேண்டியிருந்தது.

“கருப்பட்டி, வெல்லம், விசிறி எல்லாமே இதிலே இருந்ததுதான் வருது.... நம்ம வீடு கட்டும்போது இந்த மரம் அத கட்டறதுக்கு உறுதியா இருக்கும்...”

வளர்பிறை அதனை நட்போடும் பரிவோடும் பார்த்தாள். காற்றில் அவை சலசலத்துக்கொண்டேயிருந்தது.

“நான் தொட்டுப் பார்க்கவாப்பா...?”

அப்பா கைகளைப் பிடித்து அதனருகில் அழைத்துப் போனார். வளர்பிறை அதன் அடியைத் தொட்டு வருடினாள். மிகுந்த சொர சொரப்போடு அடர்ந்த கறுமையுடன் திடகாத்திரமாய் வளர்ந்திருந்தது.

அவள் அதனைத் தொடும்போது தன்னிடம் பேசுவதாய் மேலிருந்து சப்தமிட்ட ஒலியை அவள் உணர்ந்துகொண்டாள்.

மேற்கில் சூரியன் ஒளிந்துகொள்ள சில கருத்த மேகங்கள் நீண்டு திரண்டிருந்தன.

அதற்குப் பிறகு கொஞ்ச தூரத்திலேயே ஏரிப்புறம் வந்துவிட்டது. ஏரியில் சிறிதுதான் தண்ணீர் இருந்தது. அதற்கு மேல் சைக்கிளில் போகமுடியாது... அவ்வளவு நேர்த்தியான ஒற்றையடிப்பாதை கிடையாது என்பதால் கரையின் இந்தப்புறம் ஒரு ஒற்றை வீடு இருக்கும். அதனருகில் சைக்கிளை விட்டுவிட்டு நடந்துதான் போகவேண்டியிருக்கும்.

சைக்கிளை நிறுத்தியபோது அந்த வீட்டுக்காரர். வெளியே நின்றிருந்தார். வளர்பிறையைப் பார்த்ததும் புன்னகைத்தார்.

“என்ன, ஏரிய கடக்கப்போறிங்களா...?” என்றார்.

வளர்பிறை குனிந்துகொண்டே புன்னகைத்தாள். அப்பா அவரிடம் ஏதோ பேசிவிட்டு சைக்கிளை நிறுத்தி ஸ்டாண்ட் இட்டு வளர் பிறையின் விரல்களைப் பற்றிக்கொண்டார். அப்பாவின் விரல்கள் பனைமரம் போல் மரமரவென இருப்பதை உணர்ந்தவாறே அவர் போகிறபோக்கில் நடந்தாள். குட்டிக் குட்டி புதர்களைப் தாண்டி சட்டென்று மென்மையான மணல் வந்துவிட்டது.

அது ஏரியின் மணல். வண்டலற்ற மணல். அதில் நடப்பது மிக இதமாய் இருந்தது. சற்று நேரத்தில் ஈரம் படிந்த சகதி ஆரம்பித்தபோது அப்பா வளர்பிறையைத் தூக்கித் தன் முதுகிற்கு மேல் வைத்துக் கொண்டார். அப்பாவின் உயரத்திற்கு மேல் தான் வளர்ந்துவிட்டது போல் வளர்பிறைக்குத் தோன்றியது. அவர் தோளிலிருந்து பார்த்தால் ஏரியின் மறுபுறம் வரை தெரிந்தது.

ஆத்தாவின் வீடு அக்கரைக்கு மேல் சிறிது தூரத்தில் இருந்தது. அது தன் கண்களுக்குத் தெரிகிறதா என்று பார்த்தாள். காய்ந்த தென்னை ஓலைகளால் வெயப்பட்ட வீடு. வீட்டின் பக்கத்திலேயே இரண்டு வளைந்து சென்றன சாலைகள்.

வீட்டின் அருகில் இரண்டு பெரிய மரங்கள் என்று இருந்தாலும் அவை வளர்பிறைக்குத் தெரியவில்லை. சில குட்டிப்புதர்களும், வளர்ந்த ஆற்றுக்கோரைகளும் மட்டுமே தெரிந்தன. முற்றிலும் வறண்டு போகாத ஏரியின் தண்ணீர் தேங்கிய பகுதியிலிருந்து

தவளைகள் 'பக் பக்' சப்தம் கேட்டது. அது தவளைகள் சப்தமா என்பது அவளுக்கு சந்தேகம் இருந்தது. கொஞ்சம் சகதியும் தண்ணீருமான பகுதியை அவர்கள் அடைந்தபோது தவளையின் சப்தம் மேலும் அதிகரித்துக் கேட்டது.

"என்ன சத்தம்ப்பா அது...?"

"நீ கேட்டதில்லையா? தவளைகள் சத்தம்போடுது..."

"பச்சக்கலர்ல கண்ணு கோழிமுட்ட மாதிரியிருக்குமே...வாயி இவ்ளோ நீளத்துக்கு இருக்குமே... அதுவா இப்டி சத்தம் போடுது...?"

"சழக்... சழக்" என்று வளர்பிறையின் அப்பா தண்ணீருக்குள் நடக்கும் சப்தத்தை ஒட்டி அதன் சப்தமும் இருந்தது. அவர் தண்ணீரின் இக்கரைக்கு வந்துவிட்டார். கரையில் வளர்பிறையைப் பத்திரமாகப் பிடித்துக்கொண்டு தோளிலிருந்து இறக்கிவிட்டார். கால்கள் கரையின் ஈரத்தைத் தொட்டதும் சில்லென்று தலை வரை பாய்ந்தது வளர்பிறைக்கு.

வாயின் குறுக்கே ஆட்காட்டி விரலை வைத்து 'சப்தமிடாதே' என்பதுபோல் பாவனை செய்து சில குட்டிச்செடிகள் அடர்ந்த பகுதியைக் காண்பித்தார். வளர்பிறை சட்டென்று புரியாமல் அந்தப் பகுதியில் தேடினாள்.

சற்றே பருத்த கரும் பச்சையும் வட்டவட்டமான மீன் செதில்கள் போல் அதன் உடலில் வரையப்பட்டிருந்தது. அது இளம் பச்சையும் மஞ்சளும் கலந்து இருந்தது. அது தவளைதான் என்பதை வளர்பிறை சட்டென்று புரிந்துகொண்டாள்.

அது ஓரிடத்தைக் கூர்ந்து பார்க்கவில்லை. கண்களை உருட்டிக்கொண்டிருந்தது. மேல் இரண்டு கால்களையும் அழுத்தி ஊன்றி நிமிர்ந்திருந்தது. வாயின் கீழ்ப்பகுதி ஆடிக்கொண்டேயிருந்தது. அது வாயைத் திறக்கமாலேயே சப்தமிட்டது. வளர்பிறைக்கு மிகுந்த ஆச்சர்யம் உடல் முழுவதும் பரவியது. உரோமங்கள் சிலிர்த்தன.

முதன் முதலாய் ரோமங்கள் சிலிர்த்ததை அவளால் உணரமுடிந்தது. பார்த்தறியாத பரவசமான அந்தக் காட்சியால்தான் அப்படி நடக்கிறது என்பதையும் மறந்து பயமும், ஆச்சர்யமும் கலந்து சிலிர்த்து நின்றாள். சட்டென்று அப்பாவைப் பிடித்துக்கொண்டாள். அப்பா அவளுடைய தோளை அணைத்தது போல் பிடித்துக்கொண்டார்.

அவருக்கும் வளர்பிறையின் முகமலர்ச்சியைக் கண்டதும் சந்தோசமடைந்தார். தவளை தொடர்ந்து சப்தமிட்டது.

அது எப்போது வேண்டுமானாலும் தாவி விடலாம் என்று வளர்பிறைக்குத் தெரிந்தது. ஆகையால் அவள் அதன் அருகே செல்ல பயந்தாள். அதன் வண்ணமும், குரலும் வியப்பில் ஆழ்த்தியவாறே இருந்தது.

அவள் கண் இமைக்கும் நேரத்தில் சட்டென்று புதருக்குள் தாவியது. அதற்குப் பிறகு அது சப்தமிடவில்லை. எங்கிருந்தோ சில தவளைகளின் சப்தங்கள் கேட்டன. அதற்குப் பிறகு அப்பாவின் கையைப் பிடித்து கரையோரத்தில் நடந்தாள்.

“இருட்டுன்னா தவளைக்குப் பயமாப்பா...?”

“இல்ல வளர்...அது யாரையோ தேடிக் கூப்பிடுது... சில நேரம் இது சத்தத்த கேட்டு பாம்பு வந்து முழுங்கிரும்...”

“சத்தம் போடாமயிருந்தா... பாம்புகிட்டருந்து தப்பிக்குல்லப்பா... ஆமா... பாம்புக்குத்தான் காது கேக்காதுன்னு எங்க டீச்சர் சொன்னாங்களப்பா...அப்பறம் எப்டி கண்டுபுடிக்கும்...?”

“சத்தத்துல பூமி அதுருதுல்ல...அந்த அதிர்வ பாம்பு புரிஞ்சிட்டு எங்கேருந்து வருதுன்னு நகந்து வந்து தவளைய பாத்துரும்... அப்பறம் சரியான நேரம் பாத்து சாப்ட்ரும்...”

“அப்போ பாம்பு கவிச்சி மட்டுந்தான் சாப்டுமா...?”

“ஆமா, கவிச்சிப் பாம்பு...” அப்பா சொன்னதும் வளர்பிறை ‘க்லக்’கென்று சிரித்தாள். அப்பாவும் சிரித்தார்.

இருவரும் மேட்டுப்பகுதிக்கு வந்துவிட்டார்கள். அதிலிருந்து ஒரு ஒற்றையடிப்பாதையில் நடந்து ஆத்தா வீட்டை அடைந்தார்கள். அவர்கள் வீட்டை அடைந்தபோது சற்று இருளடைந்திருந்தது. ஆத்தா சமைத்து முடித்துவிட்டு வீட்டைச் சுத்தம் பண்ணிக் கொண்டிருந்தாள். வளர்பிறையைப் பார்த்ததும் ஆத்தாவிற்கு அளவிட முடியாத சந்தோசம். அவள் அருகில் வந்து கன்னங்களை உருவி கைகளை முத்தமிட்டாள்.

“ஏன்டீ போன கெழமை உன்னக் காணோம்... போண்டா வாங்கி வச்சிருந்தேன் நீ வருவேன்னு...உன்ன ஆளயே காணோம்...”

போண்டா என்றதும் வளர்பிறைக்கு எச்சில் ஊறியது. அவளுக்கு போண்டா பிடித்தமான பண்டம். இனிப்பு போண்டா... ஆத்தா

வீட்டிற்கு வந்தால் அருகில் இருக்கும் டீக்கடைக்கு அழைத்துப்போய் இனிப்புப் போண்டா வாங்கித் தருவது ஆத்தாவிற்கு வழக்கம்.

இப்போது சற்று இருட்டிவிட்டது. ஆத்தாவிற்காக வாங்கிய வெற்றிலைப் பாக்குப் பொட்டலத்தையும் மேரி பிஸ்கட் பாக்கெட்டையும் எடுத்துக் கொடுத்துவிட்டு அவளுக்கு கடலை மிட்டாயும், முறுக்கும் அப்பா கொடுத்தார்.

வளர்பிறை கடலைமிட்டாயோடு வீட்டைவிட்டு வெளியே ஓடிவந்தாள். இப்போது இருட்டியிருந்தது. இருந்தாலும் ஆத்தாவின் வீட்டிற்குப் பின்னால் சிறு தோட்டமும் ஒரு கோழிப்பெட்டியும் வைத்திருப்பதும் அவளுக்குத் தெரியும். அதனால் அவற்றுக்குக் கொஞ்சம் கடலை மிட்டாய் உதிர்த்துக்கொடுக்கலாம் என்று அவளுக்குத் தோன்றவே வேகமாகப் பின் பக்கம் ஓடினாள்.

இரண்டு மூன்று கோழிகளும் அவற்றின் குஞ்சுகளும் அங்கே உண்டு. பகல் முழுவதும் சுற்றித் திரிந்துவிட்டு சாயந்திரப் பொழுதில் தான் தங்கியிருக்கும் பெட்டிக்கு அவை வந்துவிடும். ஆத்தா அவற்றைப் பெட்டிகளுக்குள் வந்துவிட்டனவா என்று பார்த்த பிறகு பெட்டியின் கதவை மூடிவிடுவாள். அவை மெலிதான சப்தம் போட்டுக் கொண்டிருக்கும்.

கோழிக் கூட்டை ஒட்டி சில பூச்செடிகள் இருக்கும். மஞ்சள் நிறப்பூக்கள் நிறைந்த செடிகள், தூய வெள்ளை நிறத்தில் பூக்கள் நிறைந்த செடிகள் என அந்த இடமே கண்களைக் கவரும். ஆத்தா வீட்டிற்கு வந்து விட்டால் பாதிநேரம் வளர்பிறை அங்குதான் கோழிகளுடன் விளையாடிக் கொண்டிருப்பாள்.

குஞ்சுகளை யாரும் தொடமுடியாது. கோழி கொத்துவது போல் துரத்தும் என ஆத்தா அவளிடம் சொல்லியிருந்தாலும் வளர்பிறை குஞ்சுகளைப் பிடித்திருக்கிறாள். அப்போது கோழி சற்று வருத்தத்துடன் “க்ருக்கொக்கொக்... க்ருக்கொக்கொக்...” என கத்தும் அவ்வளவுதான்.

வளர்பிறை குஞ்சை தன் கைகளில் எடுத்து வைத்துப் பார்ப்பாள். ஆனால் குஞ்சு ‘கியாவ் கியாவ்’ எனக் கத்துவது அவளுக்குப் பயத்தைத் தரும். சற்று நேரத்தில் அமைதியாகச் சுற்றுமுற்றும் பார்க்கும். இப்படித்தான் அவள் அவற்றுடன் விளையாடுவாள்.

குஞ்சுகளுக்குத் தேவையான அரிசிகளையும் தண்ணீரையும் அவள் வரும்போது எடுத்துவருவாள். கோழிகள் தன் குஞ்சுகளுக்குக்

கொத்துவதற்கு கற்றுத் தருவதை அவள் நிறைய முறை பார்த்திருக்கிறாள்.

கையிலிருந்த கடலை மிட்டாயைத் துண்டு துண்டாக உடைத்து அவைகளையும் சிறு துண்டகளாக உடைத்து கோழிப்பெட்டியின் சல்லடைக் கதவுகளின் வழியாய் ஏறிந்தாள். சில துண்டுகள் உள்ளே விழுந்தன. கோழிகள் அவற்றைக் கொத்தித் தின்ற சப்தம் அவளுக்கு கேட்டது. குஞ்சுகள் 'கீச்.. கீச்' சென்று மெல்ல சப்தம் போட்டன. அவற்றுக்குக் கோழி பகிர்ந்து அளித்திருக்கும் என்று நினைத்துக் கொண்டாள்.

பக்கத்தில் இருந்த பூச்செடிகள் சற்று இருளுக்குள் தெரிந்தன. இருளானதால் அவை சற்று வாடிப்போயிருந்தது. அவற்றை ஒரு குவளை தண்ணீருடன் விடியற்காலையில் பார்க்கலாம் என்று யோசனையும் வந்தது அவளுக்கு.

அப்பா அழைக்கும் சப்தம் கேட்டது. வீட்டிற்குள் ஓடினாள். ஆத்தா வெண்டைக்காய் புளிக்குழம்பு ஊற்றி சாதம் பிசைந்து வளர்பிறையிடம் வைத்தாள். அப்போதும் கோழியின் ஞாகக‌ம்தான் இருந்தது. இந்நேரம் கோழிகள் தூங்கியிருக்கலாம் என்று தோன்றியது. காலையில் விடிந்தும் விடியாததுமாய் தான்தான் அவற்றின் கதவுகளைத் திறந்து விடவேண்டும் என்பதை மனதில் அசை போட்டுக்கொண்டாள்.

அன்றைய இரவில் நிலா வரவில்லை. வானம் சில சில நட்சத்திரங்களுடன் அடர்ந்த இருட்டுடன் விரிந்திருந்தது. எப்போதும் போலவே வீட்டின் வாசலில் ஆத்தா கோரைப்பாயை விரித்தாள். கூடவே இலவம்பஞ்சால் செய்த தலையணைகளையும் அதன்மேலே வைத்தாள். வளர்பிறை ஆத்தாவிற்குப் பக்கத்தில் படுத்துக்கொண்டாள்.

வளர்பிறைக்கு இதே மாதிரி பலமுறை வியப்பளித்தது வானம்தான். இன்றைக்கும் அவ்வாறே வானம் கண்கள் முழுவதும் நிரம்பியிருந்தது. நிலா இல்லையென்றாலும் நட்சத்திரங்களின் பளபளப்பு கண்களைப் பறித்துப்போகும் அளவிற்கு நிறைந்திருந்தது. கைகளைத் தலைக்குமேல் வானத்தை நோக்கி நீட்டி தன் விரல்களை மடக்கி "ஒன்று…இரண்டு…மூன்று" என எண்ணத் தொடங்கிச் சில மணித்துளிகளுக்குள் உறங்கிப்போனாள்.

பகுதி 3

வளர்பிறைக்கு அப்படியொரு வியப்பு இதுவரை நிகழ்ந்ததில்லை. கறுப்பு ரிப்பனால் கட்டப்பட்ட கண்களை மெல்ல அவிழ்த்துவிட்டான் கனகு. அவர்களுக்கு மேலே இருந்து அடர்ந்த இருட்டைக் கிழித்துக்கொண்டு இறங்குவதுபோல் அது இறங்கியது. நான்கைந்து நிலாக்கள் சேர்ந்தது மாதிரி இருந்தது.

மிகுதியான உயரத்தில் இருந்து வந்ததால் சட்டென்று வளர்பிறைக்கு என்னவென்று அறிந்துகொள்ள சிரமப்பட்டாள். அவர்களுக்கு கிட்டே நெருங்க நெருங்கச் சட்டென்று வளர்பிறை கண்டுபிடித்து விட்டாள். கனகுவும் அது என்னவென்று புரிந்துகொண்டு ஆர்ப்பரித்துக் கத்தினான்.

வெண்பட்டால் நெய்யப்பட்டது போல் மிகத் திடகாத்திரமான குதிரைதான் அது. என்னவென்று அதனைச் சொல்வது? மம்முவும் சுந்தரியும் கண்கொட்டாமல் பார்த்து நின்றிருந்தார்கள்.

அப்பொழுது பக்கத்தில் நாட்டாமை என்கிற நடராசனும் அங்கிருந்தான்.

அவன் தலையைப் பிடித்துக்கொண்டு உட்கார்ந்துகொண்டான். அவன் சுந்தரி வீட்டிற்கு வந்திருக்கும் விருந்தாளி. சுந்தரியின் சித்தி பையன். சலீம் இடுப்பில் கைவைத்து வாயை மூடாமல் அதிசயித்து நின்றான்.

அந்த வெண்குதிரை மிகுந்த நிதானத்துடன் பறந்து வந்து அவர்களுக்கு எதிரே நின்றது. அவர்களை விட பத்து மடங்கு பெரிதாய் நின்றது. கண்களை சிமிட்டிச் சிமிட்டிப் பார்த்தது. அப்பொழுதுதான் வளர்பிறைக்கு ஒன்று புரிந்தது.

அந்த இருளுக்குள் அக்குதிரை மேலும் வெண்மையாய் ஜொலிப்பதற்குக் காரணம் ஆயிரக்கணக்கான மின்மினிப்பூச்சிகள்தான் என்பதை அவள் உணர்வதற்குள் மின்மினிப்பூச்சிகள் தோரணங்களாகவும் ஒரு பந்துபோலவும் சிறு சிறு குட்டி உருண்டைகளாகவும் வேவ்வேறு வடிவில் பறந்து பறந்து அக்குதிரையைச் சுற்றி வட்டமடித்தன.

அந்தக் குதிரை தன் வலிமையான முன் இரண்டு கால்களையும் தூக்கிப் பின் இரண்டு கால்களால் நின்றது. அதற்குத் தகுந்தாற்போலவே மின்மினிப்பூச்சிகளும் உயரப் பறந்து நீளவட்ட வடிவிலும், சதுரமாகவும், செவ்வகமாகவும் ஒரு கணக்கு ஓவியம்போல் பறந்து வெளிச்சத்ததைப் பாய்ச்சிக்கொண்டிருந்தது.

கனகு சட்டென்று வளர்பிறையின் தோள்களை திருப்பினான். மற்றொரு பக்கத்து வானத்தைத் தன் கைகளின் சுட்டுவிரல்களால் காண்பித்தான். மற்ற எல்லோருமே கனகு காண்பித்த பக்கம் திரும்பினார்கள். அங்கிருந்து செம்பழுப்பு நிறத்தில் ஒரு குதிரை தரையிறங்கிக் கொண்டிருந்தது.

அவர்கள் எல்லோருக்கும் ஆச்சர்யத்தின் மேல் ஆச்சர்யம். அதுவும் மிகக் கனகச்சிதமாகத் தரை இறங்கியது. மின்மினிப்பூச்சிகளால் அந்த இடமே பகல்போல் ஆனது. மம்மு மயக்கம் போடாத குறையாய் சொக்கி நின்றான். அவன் இதுவரை குதிரையைப் பார்த்ததே கிடையாது. அன்றுதான் அவன் பார்க்கிறான் என்றதும் மிகப்பெரியதாய் அவன் வியந்திருந்தான். சட்டென்று மம்மு கேட்டான்.

“இதுதான் குதிரைன்னு இவ்ளோ நாள் தெரியாமபோச்சே... அட்டகாசமா இருக்கே... இதுக்கு பறக்கத தெரியுமா? ரெண்டு குதிரைதான் வருமா? இல்ல இன்னும் வருமா...?”

“யாருக்குத் தெரியும் மம்மு... நம்மள எங்கயாவது அழைச்சிட்டுப் போறதுக்கு வந்துருக்குமோ... ஆனா நம்ம ஆறு பேருக்கு ரெண்டு குதிரை பத்தாதே... இந்த வெள்ளக்குதிரை ரொம்ப பெரிசுதான்... அதுல வேணா மூணு பேரு போலாம்.ஆனா எங்க போறதுன்னு தெரியல...” என்றாள் வளர்பிறை.

அதற்குள் மம்முவின் கழுத்தைத் திருப்பினான் கனகு. அங்கே ஒன்றன் பின் ஒன்றாக மேலும் நான்கு குதிரைகள் வந்திறங்கின. மொத்தம் ஆறு குதிரைகள். அதில் செம்பழுப்பில் நான்கும், சாம்பல் நிறத்தில் ஒன்றும், வெள்ளையாய் ஒன்றும் இருந்தன. இருந்தவற்றிலேயே வெள்ளைதான் மிகுந்த உயராமாய் நின்றிருந்தது. சட்டென்று அது வளர்பிறைக்கு அருகில் வந்து மண்டியிட்டு நின்றது. மம்முவும் சுந்தரியும் “ஏறு...ஏறு...” என்று கூச்சலிட்டார்கள். சட்டென்று ஒன்றும் புரியாமல் வெள்ளைக்குதிரையின் கால்களில் ஏற நினைத்தவள், சற்றும் எதிர்பார்க்காத அளவுக்கு அவள் ஆகாயத்தில் பறந்து குதிரையின் முதுகில் சரியாய் உட்கார்ந்தாள்.

அவள் ஒருபோதும் அவ்வாறு நினைத்திருக்கவில்லை. நாம் எப்படி அந்தக் குதிரையில் ஏறுவது என்று அவள் யோசித்தபோதே அது நடந்துவிட்டது. வளர்பிறை குதிரையின் கழுத்தை பத்திரமாகப் பிடித்துக்கொண்டாள். அது மெல்ல எழுந்து நின்றது.

அடுத்து மம்மு ஒரு குதிரையில் ஏறினான். அவன் தட்டுத் தடுமாறி ஏறியதைப் பார்த்த சுந்தரி கெக்கலித்துச் சிரித்தாள். மம்மு குதிரையின் தோலை வேண்டும் மட்டும் தடவிப் பார்த்துக் கொண்டான். அதன் கழுத்து ரோமங்களை அவன் பிஞ்சுக் கைகளால் பற்றிக்கொண்டான்.

அடுத்து சுந்தரிக்காக ஒரு குதிரை மண்டியிட்டு நின்றது. நடராசன் அவளைத் தடுத்து நிறுத்தினான். சுந்தரி திரும்பி என்ன வேண்டும் என்பது போல் அவனைப் பார்த்தாள்.

“சுந்தரி இங்கே இருக்கறதிலேயே நான்தான் நல்ல செவப்பு நெறத்தில இருக்கேன். அப்படின்னா நான்தானே வெள்ளைக்குதிரையில உட்காரணும்... வளர்பிறை கிட்ட போய் ஏன் அது மண்டிபோட்டு நின்னுது...?”

“ஆரம்பிச்சிட்டியா நாட்டாமை உம் பஞ்சாயத்த...ஒன்னோட நெறத்த வச்சிட்டு நீ இங்கேயே இரு... நாங்கெல்லாம் கொஞ்சம் பறந்து போய்ட்டு வர்றோம்... அப்பொறம் பேசிக்கலாம் உங்கதையை...” என்று சிரித்தான் கனகு.

மற்ற நான்கு பேரும் சேர்ந்து சிரித்தார்கள். சுந்தரி ஒரு குதிரையில் ஏறிக்கொள்ள... அடுத்து கனகும், சலீமும் ஏறிக்கொண்டார்கள். கடைசியாய் நின்றிருந்த சாம்பல் நிறக் குதிரை நடராசனிடம் மண்டியிட்டது.

மிதமான காற்றில் மெல்லப் பறக்கும் ஒரு உலர்ந்த இலைபோல குதிரைகள் அவர்களைச் சுமந்து பறந்துபோனது. வளர்பிறை குதிரையில் பிடரியை மென்மையாய் பற்றிக்கொண்டவாறே தனக்கு மேலே இருந்தக் கறுத்த வானத்தை, மெல்லத் தலையைச் திருப்பிப் பார்த்தாள்.

கண்களைச் சிமிட்டும் ஆயிரக்கணக்கான விண்மீன்கள் அவளைக் கண்கொட்டாமல் பார்ப்பது போல் உணர்ந்தாள். சட்டென்று எல்லாம் அவளை நோக்கிப் பயணப்படுவதுபோல் இருந்தது.

அந்த ஆகாயத்தில் தன்னந்தனியே மின்மினிப்பூச்சிகளின் அலங்காரத்துடன் அழகு மிளிரும் வெள்ளைக்குதிரை தனக்காகவே படைக்கப்பட்டதாகவும், அதில் அமர்ந்திருந்த தானே இளவரசியாகவும் நினைத்துக் கொண்டாள்.

பக்கத்தில் வந்துகொண்டிருந்த சுந்தரி வானம் அதிர “ஊ...ஊ...” எனக் கத்தவே வளர்பிறையின் கற்பனை நின்று போனது. சட்டென்று திரும்பிப் பார்த்தாள்.

சுந்தரி ஒரு கையில் குதிரையின் கழுத்தைப் பற்றிக்கொண்டு இன்னொரு கையை உயர்த்தி மீண்டும் மீண்டும் ஆரவாரத்துடன் கத்திக்கொண்டிருந்தாள். கனகு சலீமை நோக்கிக் கத்தினான்.

“கீழ நம்ம வீடு தெரியுதா பாரு...”

“எல்லாம் டப்பா டப்பாவா தெரியுது... யாரு வீடு யாருதுன்னு தெரியல... எல்லாம் ஒண்ணு போலவே தெரியுது...மேலந்து பாத்தா எல்லாம் ஒன்னுதான்டா...” என்ற சலீம் சத்தம் போட்டு ‘கெக்கே... கெக்கே’வென்று சிரித்தான்.

நடராசன் கண்களை இறுக்கமாக மூடிக்கொண்டே வந்தான். அதனை கனகு கவனித்துவிட்டான்.

"பார்றா... இவன் கண்ண இறுக்க மூடிட்டே வர்றான்... அதுக்கு நீ கீழ வீட்லயே படுத்துத் தூங்கியிருக்கலாம்..." என்று சொன்னதும் நடராசன் மெல்ல கண்களைத் திறந்தான். தான் ஒரு பாதாளத்தில் மாட்டிக்கொண்டுவிட்டதாகத் துன்பப்பட்டான்.

"நாம எங்கதான் போறோம்..." என்றான் மம்மு.

"அது இந்தக் குதிரைங்களுக்குத்தான் தெரியும்..."என்றாள் வளர்பிறை மெல்லப் புன்னகைத்தது. எந்தவிதச் சலனமும் இல்லாமல் ஆறு குதிரைகளும் குளம்படிச் சத்தமின்றி மெல்லப் பறந்தன.

எவ்வளவு நேரம் அந்தப் பயணம் இருந்தது என்பதை அவர்களால் யோசிக்க முடியவில்லை. அந்த ஆறு குதிரைகளும் ஒரு சேரக் கனைத்தன. அது அதன்மீது பயணித்த ஆறு பேருக்கும் பயத்தைத் தந்தாலும். என்ன நடக்குமோ என்று இறுக்கமாக குதிரைகளை அவர்கள் பற்றிக்கொண்டார்கள்.

இருள், ஒரு பெரும் பூ மொட்டு விரிவதுபோல் விரியத் தொடங்கியிருந்தது. குதிரைகள் மெல்லக் கீழிறங்கியது. அவை மிகுந்த கவனத்துடன் மண்டியிட்டு நின்றது. கிழக்கில் ஒரு வெளிச்சம் புகைபோல மெலெழுந்து வரத் தொடங்கியிருந்தது. மம்முதான் முதலில் குதிரையில் இருந்து சட்டென்று குதித்தான். குதித்த வேகத்தில் "அப்பாடா..." என சோம்பல் முறித்துக்கொண்டான். எல்லோரும் இறங்கிக்கொண்டார்கள்.

அப்பொழுதான் அவர்களுக்குப் புரிந்தது. அது ஒரு மலர்க்காடு என்பது. மிகச் சிறிய அளவில் பனித்துளிகள் அக்காடு முழுவதும் படர்ந்திருந்தன. அப்பொழுதுதான் பூக்கள் யாவும் உறக்கம் கலைந்து எழுந்ததுபோல் பிரகாசித்தன.

கிழக்கில் எழுந்த வெளிச்சம் ஒரு போர்வையை விரிப்பதுபோல் விரித்துக்கொண்டே போனது. ஆறு பேரும் அதன் அழகில் மயங்கி நின்றார்கள்.

"நாம இந்தக் குதிரைகள் எல்லாவற்றையும் கட்டிப்போடணும் அப்பத்தான் நாம் திரும்பிப்போலாம்... இல்லன்னா இந்தப் பூக்காட்டுக்குள்ள நாம மாட்டிக்குவோம்..." என்றான் கறாராக நடராசன்.

சலீமும் அதை ஆமோதித்தான். மம்முவும் சுந்தரியும், வளர்பிறையும் வாய்விட்டுச் சிரித்தார்கள்.

“கொஞ்சம் திரும்பிப் பாரு. அதெல்லாம் எப்பவோ போச்சு... அவை நமக்கு அடிமை இல்லை... நாமதான் எல்லாத்துக்கும் அடிமைகள்...” என்றாள் வளர்பிறை.

சலீமும், நடராசனும் பயந்து சற்று தூரம் ஓடி குதிரைகளைத் தேடினார்கள். அவை கண்ணுக்கெட்டிய தூரம் வரை காணவில்லை. வருத்தமுற்றார்கள்.

“அப்படின்னா இத்தனையும் உங்களுக்கு முன்கூட்டியே தெரியும்... நாங்கதான் வந்து மாட்டிக்கிட்டோம்...” என்றான் நடராசன்.

“நீ ஒரு கொழப்பவாதியா நடராசா... பாரேன் பரவசமான இந்தப் பூக்காட்டில் எவ்வளவு பூக்கள்...? நீ எங்கயாவது பாத்திருக்கியா...? இன்னும் என்னவெல்லாம் இங்கு இருக்குமோ? உன் பயத்த விடு... நமக்குக் கிடைச்ச வாய்ப்பா இத எடுத்துக்குவோம்...நீ இப்ப வீட்டுக்குப் போறதா முக்கியம்... நாம எப்ப போகணும்னு நம்மள கூட்டிவந்த குதிரைங்களுக்குத் தெரியும்.... நீ பேசாம வா.” என்றாள் சுந்தரி.

மலர்க்காட்டின் இடை இடையே சில வழிகள் தெரிந்தன. அது அவர்கள் நடந்து போவதற்கு ஏற்றதாய் இருந்தது. வளர்பிறை குதித்து குதித்து ஓடினாள். அவ்வளவு மலர்களையும் கண்டுவியக்க அவளுக்குக் கிடைத்த பரிசாய் மகிழ்ந்தாள். அவள் பின்னாலேயே மற்றவர்கள் ஓடினார்கள்.

கரும்பச்சையும் வெளிர்பச்சையும் கலந்த செடிகள் முழுக்கப் பூக்கள் நட்சத்திரங்களைப் போல் வரிசையற்றுப் பூத்திருந்தன. சில பால் வெள்ளை, சில மஞ்சள், கரும் ஊதாவும் வெளிறிய ஊதாவும் கலந்து இப்படி பல நிறங்களில் அந்தக் காடே கண்ணுக்கெட்டிய தூரம் வரை பல வண்ணக்கலவையாக காட்சி யளித்தது.

வளர்பிறை அவற்றை ஓடி ஓடிப் பார்த்து ரசித்தாள். சுந்தரி பூக்களைப் பறித்துவிடாலாமாவென்று கைகளைக் கொண்டு போனாள். வளர்பிறை அவளைத் தடுத்தாள்.

“இத நாம பறிக்கவேணாம் சுந்தரி... அங்க பாரேன்... நமக்காகக் கொஞ்சம் அதுவாவே உதிர்ந்து கிடக்கு. அத நாம எடுத்துக்கலாம்...”

சிறு சிறு பூச்சிகள் தவிர செம்பழுப்பு எறும்புகள் பூமரங்களுக்கடியில் சுறுசுறுப்பாய் ஓடிக்கொண்டிருந்தன. மர ஓணான் ஒன்று ஒரு

கிளையில் பற்றிக்கொண்டு கண்களை உருட்டி உருட்டிப் பார்த்தது. மெல்லிய சப்தத்துடன் சில பூக்களுக்குள் நுழைந்து வெளியேறியது கருமையான குளவியொன்று.

தேனீக்கள் ஆயிரக்கணக்கில் பறந்து வந்து ஒவ்வொரு பூக்களிலும் உட்கார்ந்து முகர்ந்து சேகரிக்கத் தொடங்கியிருந்தது. இடையிடையே மஞ்சள் நிற வண்ணத்துப்பூச்சிகள் தனது சிறகை மெல்ல அசைத்து கிளைகளிலும் பூக்களிலும் உட்கார்ந்திருந்தன. நடராசனும் சலீமும் வண்ணத்துப் பூச்சிகளைக் கவனித்து விட்டார்கள். அவர்களுக்குச் சந்தோசம் பற்றிக்கொண்டது. சலீம் கூக்குரலிட்டுக் கத்தினான்.

“டேய் சூப்பரான வண்ணத்துப்பூச்சி... நடராசா உம்பக்கந்தான் இருக்கு... புடிடா...” என்றதும், நடராசன் திரும்பிப் பார்த்து அவனையறியாமல் கைகளைத் தட்டிக் கொண்டான்.

அவன் கைத்தட்டலில் அதிர்ச்சியுற்ற பூச்சி கொஞ்சம் இடம் பெயர்ந்து உட்கார்ந்தது.

“டேய் கைத்தட்டாதே... சத்தம் போடாதே...ஓடிப் போய்ரும்... நாம இதப்புடிச்சா புக்குகுள்ள வச்சி பாடம் பண்ணிரலாம்...”

சுந்தரி அவர்களைப் பார்த்துக் கண்களை உருட்டி மிரட்டல் தொனியில் கத்தினாள்.

“கொஞ்சங்கூட அறிவில்லையாடா உங்களுக்கெல்லாம்...அது பாட்டுக்கு ரசிச்சு பறந்திட்டிருக்கு. நீ அத புடிச்சு கொல்லப் போறீயா...? பேசாம வாங்க... இங்க பாம்பெல்லாம் இருக்கும்... உங்கள மாதிரி..” என்றதும் சலீமும், நடராசனும் சட்டென்று அந்த இடத்தை விட்டு ஓடினார்கள். அவர்கள் பின்னால் மம்முவும் ஓடினான்.

கனகு சில சிவப்பு, ஆரஞ்சு நிறப் பூக்களை அள்ளிக்கொண்டு வந்தான். மம்முவிடம் கைகளை விரித்துக் காண்பித்தான். மம்மு அதிலிருந்து சிவப்பு நிறப் பூவொன்றை எடுத்துக்கொண்டான். சுந்தரியும் அதிலிருந்து ஒரு பூவை எடுத்துக்கொண்டாள். அவர்கள் யாவரும் சிறு புதர்களைத் தாண்டி நடந்தார்கள். அங்கிருந்து செம்மண் சாலை ஒன்று கிளை பிரிந்து கீழிறங்கியது.

“நாம யாரையாவது தேடிப்போறமா...? இந்த வழி எங்கபோகுது? நாம போறது சரிதானா...? பூக்காடு அத்தோட முடியுது... அதுக்கப்பறம் பொதர்களும் மரங்களும் இருக்கற மாதிரியிருக்கு...

அங்க போனா என்ன நடக்கும்னு தெரியாது. நாம திரும்பலாம் வளர்பிறை....'' என்றான் கனகு.

அதைக் கேட்டதும் சற்று தயங்கி நின்றாள் வளர்பிறை. யோசித்தாள். பின்பு எட்டிப் பார்த்து பின்னால் வரும் சுந்தரி, கனகிடம் சைகையில் மெல்ல வருமாறு கை காட்டிவிட்டு கீழிறங்கும் செம்மண் சாலையில் சப்தமில்லாமல் நடந்தாள்.

வேறு வழியில்லாமல் அவர்கள் பின்னாலேயே நடராசனும், சலீமும் நடந்தார்கள். நடராசன் மட்டும் பயந்தபடியே சுற்றி முற்றும் பார்த்துக்கொண்டு வந்தான். சுந்தரி தன் நீளப்பாவடையைத் தூக்கியபடியே பின்தொடர்ந்தாள். புதர்களுக்கு இடையேயும், மரங்களுக்கு இடையேயும் மஞ்சள் வெளிச்சத்தை காலைச்சூரியன் பாய்ச்சத் தொடங்கியிருந்தது. அவர்கள் மீதும் வெளிச்சம் பட்டது. அது மம்முவிற்கு இதமளித்தது.

இரண்டு நிமிடம் நடந்ததும் செம்மண் பாதை வேறொரு பாதையுடன் இணைந்து பெரியதாய் மாறியது. அப்பொழுதுதான் எல்லோருமே கவனித்தார்கள். அடர்ந்த கரும்பச்சை நிறத்தில் வானத்தைத் தொடும் அளவிற்கு உயர்ந்திருந்த மலையொன்றை.

சூரிய வெளிச்சத்தில் கம்பீரமாய் எந்த அசைவுமற்று விரிந்து நீண்டிருந்தது மலை. அனைவருமே சற்று கழுத்தைச் சாய்த்து வளைத்துப் பார்த்தார்கள்.

“ப்பா, எவ்ளோ பெரிசு...? மலை... இது ஏன் இங்கயிருக்கு...?'' என்றான் மம்மு. அவனது முகம் சற்று கலவரமாயிருந்தது. வளர்பிறை பதில் ஏதுவும் பேசாமல் முன்னால் நின்றிருந்த உயர்ந்த மலையையே பார்த்தவாறு நின்றிருந்தாள். சுந்தரி கையில் பிடித்திருந்த பாவாடையை விட்டுவிட்டு இடுப்பில் கைவைத்து வியந்து பார்த்தாள்.

சலீம் பக்கத்தில் கிடந்த சிறு பாறையில் உட்கார்ந்து அண்ணாந்து பார்த்தான். வியப்பும், ஆச்சர்யமும் அவர்கள் அனைவரிடமும் இருந்து விடுபடவேயில்லை. பிறகு வளர்பிறை இடதுபுறம் திரும்பிய அகலமான பாதையொன்றில் நடந்தாள். எல்லோரும் அவள் பின்னால் நடந்தார்கள். சிறிதும் பெரிதுமான கற்கள் நிறைந்த அந்தப் பாதை நடப்பதற்குச் சற்று சிரமமாக இருந்தது. அந்த ஆறு பேருக்கும் அப்பொழுது ஒரு சப்தம் கேட்டது.

“என்ன சத்தம்...” அனைவரும் நின்றார்கள். பாதைக்கு இருபுறமும் மரங்கள் அடர்ந்திருந்தன. சில இடங்களில் புதர்கள் மண்டி மேடிட்டு கிடந்தன.

“நாம நல்லா மாட்டிக்கப்போறோம். அந்தக் குதிரைங்க நம்மள பழிவாங்கறதுக்குன்னே இந்த எடத்துல இறக்கிவிட்டுட்டு போய்டுச்சுன்னு நெனைக்கிறேன்...” என்றான் நடராசன்.

அவன் கண்கள் அகலமாய் விரிந்திருந்தன. அவன் முகத்தைப் பார்த்ததும் மம்முவுக்கும் பயம் வந்தது. சலீம் முகத்தில் பயம் இல்லாவிட்டாலும் அவன் சுற்றும் முற்றும் பார்த்துக்கொண்டான். சுந்தரியின் பயம் உடலில் ஏதோ ஒன்றைப் பண்ணுகிற மாதிரி இருந்தது.

“நம்ம இப்போ நட்டநடுக்காட்டுல இருக்கறோம்னு நெனைக்கிறேன்... இங்க மிருகம் இருந்தா நாம தொலைஞ்சோம்... மாட்டிக்கிவோம்...” என்றான் கனகு.

“அப்போ பெரிய யானை வருமா...? அதுக்கு காசு குடுத்தாதான் அது போகும்.... நான் கோயில்ல பாத்துருக்கேன்... அது தும்பிக்கையை வச்சி தலையில தட்டும்...” என்றான் மம்மு.

“அய்யே... அது கோயில் யானை... இங்கிருக்கறது... காட்டு யானை தூக்கிப்போட்டு மிதிச்சிரும்...” என கனகு பதிலளித்தான்.

“கொஞ்சம் சத்தம் போடாம இருங்க. நான் அந்த சத்தத்த என்னன்னு கேக்கணும்.... அது கண்டிப்பா மிருகத்தோடது இல்ல...” என்று வளர்பிறை சொல்ல சப்தமிடாமல் நின்றார்கள். வளர்பிறை மட்டும் மெது மெதுவாகக் காலடி எடுத்துவைத்து காதால் அந்த சப்தத்தை கவனித்தாள். அவளுக்குச் சற்று புரிந்தவளாக நிமிர்ந்தாள். திரும்பவும் கவனித்தாள். மற்றவர்கள் அவளையே பார்த்தவாறு நின்றிருந்தார்கள்.

மம்முவுக்குக் கோவில் யானை அருகே வந்து தலையாட்டுவது மாதிரி தோன்றியது. சுற்றும் முற்றிலும் திரும்பிப் பார்த்துக்கொண்டே கனகின் கையைப் பற்றிக்கொண்டான்.

சலீமும் நடராசனும் ஓடுவதற்குத் தயாராய் நின்றார்கள். ‘கீச் கீச்’ சென்று சில குருவிகள் பறந்தோடின. வளர்பிறை சட்டென்று மேலே பார்த்தாள். குருவிகள் வெகுதூரம் பறந்து போயிருந்தன. கொஞ்சம் நடந்தாள். சுந்தரிக்கு வளர்பிறையோடு நடப்பதா

அல்லது அப்படியே அசையாமல் நிற்பதா எனத் தெரியாமல் நின்றிருந்தாள்.

கனகு மம்முவின் கையை விடுவித்துக்கொண்டு சற்று பயம் தெளிந்தவனாய், வளர்பிறையை நோக்கி சற்று மெதுவாய் நடந்தான். வளர்பிறை இன்னும் ஒரு அடி எடுத்துவைத்தவள் அப்படியே நின்று தொடர்ந்து வரும் அந்த சப்தத்தை மறுபடியும் கேட்டாள். சட்டென்று அவளுக்குப் புரிந்துவிட்டதுபோல் முகம் மலர்ந்தாள். கனகை தன் அருகில் வரும்படி சைகை செய்தாள். கனகும் அவளருகில் சென்றான்.

அவர்கள் இருவரும் சட்டென்று சப்தம் வரும் திசைநோக்கி நடந்தார்கள். சற்றுக் கீழ்நோக்கிப் போனது அச்சாலை. அவர்கள் வேகமாக நடக்கவும் பின்னால் சுந்தரியும், மம்முவும், நடராசனும், சலீமும் நடந்தார்கள். சட்டென்று வளர்பிறை சந்தோசத்தில் நான்கு முறை குதித்தாள். கனகு முகம் மலர்ந்து சிரித்தான்.

அங்கிருந்து அவர்கள் அதைப் பார்த்துவிட்டார்கள். அது ஒரு சின்ன சிற்றோடை. சிற்சில பாறைகளைக் கடந்து குட்டிக் குட்டிச் செடிகளுக்கிடையே 'க்ளுக் மெளுக்'கென்று சப்தமிட்டபடியே ஓடிக்கொண்டிருந்தது. மேற்கிலிருந்து கிழக்காக அது ஓடிக் கொண்டிருந்தது.

அதைப் பார்த்ததும் வளர்பிறையும் கனகும் ஓடினார்கள். அவர்கள் ஓடுவதைப் பார்த்ததும் மற்றவர்களும் அவர்களை நோக்கி ஓடினார்கள். இப்போது எல்லோருக்கும் அந்த சப்தம் எதனால் வந்தது என்பது புரிந்து விட்டதுபோல் மகிழ்ந்தார்கள்.

சிற்றோடையின் வடக்குப்புறம் எல்லோரும் நின்றிருந்தார்கள். சின்னச் சின்ன கற்பாறைகளுக்கிடையே தண்ணீர் சற்று வேகமெடுத்து ஒரு மணற்பள்ளத்தில் சற்று தவழ்ந்து திரும்பவும் ஒரு பள்ளத்திற்குள் சப்தமிட்டு பாய்ந்து ஓடிக்கொண்டிருந்தது. எல்லோருக்குமே ஒரே மாதிரியான பரவசம் முகங்களில் தெரிந்தது.

அடர்ந்த கரும்பச்சை பாசிக் கரைகளிலும் கற்களிலும் படர்ந் திருந்தது. அதன் மேல் மிகுந்த அடர்த்தியாகவும் மிகத் தெளிவாகவும் தண்ணீர் ஓடியது.

ஓரங்களில் இருக்கும் சிறு செடிகளும் கொடிகளும் தண்ணீரின் வேகத்திற்கேற்ப வளைந்து நெளிந்து போராட்டத்துடன் இருந்தது. அச்செடிகளின் அசைவுகளைப் புரிந்துகொண்டதுபோல் சில

ஊசித்தட்டான்கள் அதன் மீது உட்கார முயற்சித்துக் கொண்டேயிருந்தன. 'க்ளுக் முளுக் ப்ளக்'கென்று கீழ்ப்பள்ளத்தில் விழும் தண்ணீரின் சப்தம் காட்டை நிரப்ப முயச்சித்தது.

மணற்பள்ளத்தை ஒட்டியிருந்த மரங்களின் கிளைகளில் சில மீன்கொத்திகள் விசிலடிப்பது மாதிரி கத்தின. அந்தச் சிற்றோடை அச் சிறுவர் சிறுமியரை சப்தமிட்டு கவனப்படுத்தியது. சட்டென்று கனகுதான் மணற்பள்ளத்தில் கால் வைத்து இறங்கினான். கால்கள் குளிர்ந்து சில்லிட்டது.

"ஏய் ஐஸ் தண்ணீ மாதிரியிருக்குடா..."

அதைக்கேட்டதும் மம்மு சட்டென்று நீருக்குள் குதித்தான். வளர்பிறை மெல்லப் பள்ளத்திற்குள் இறங்கினாள். அவள் இறங்கியதும் சுந்தரி தன் நீளப்பாவடையை கையில் பிடித்துக்கொண்டு இறங்கினாள். சட்டென்று கனகு துள்ளிக் குதித்து கரைக்கு ஏறினான்.

"என்னாச்சு கனகு...?" என்றான் மம்மு.

"ஏதோ காலை கடிக்குது...காலைக்கடிக்குது..."

"அது மீனாயிருக்கும்... குட்டி மீனுங்க... நம்ம கால்ல இருக்கற அழுக்க பிச்சி எடுக்கும்..." என்றாள் வளர்பிறை. அப்போது அவளது கால்களையும் மீன் குஞ்சுகள் கடிப்பதை உணர்ந்தாள். தண்ணீருக்குள் இருக்கும் கால்களைப் பார்த்தாள். நிறைய மீன் குஞ்சுகள் விட்டு விட்டுக் கடித்தன.

மம்முவால் அதன் கடியைப் பொறுத்துக்கொள்ள முடியாமல் ஒரு காலை மாற்றி மாற்றி குதித்தான். பின்பு கனகு மறுபடியும் நீருக்குள் இறங்கினான். மீன் குஞ்சுகள்தான் கடிக்கிறது என்பதைத் தெரிந்துகொண்டு கடிக்கும்போது சிரித்தான்.

கடைசியாய் நடராசனும் சலீமும் இறங்கி நின்றார்கள். சுந்தரி மீன் குஞ்சுகள் கடிப்பதைப் பொறுக்கமாட்டாமல் தண்ணீருக்குள் கால்களை உதறிக்கொண்டே நின்றாள்.

"நான் இதுலயே குளிக்கவா...?" என்றான் மம்மு.

"இன்னும் கொஞ்சம் போனா அருவிகூட வந்துரும். அதுல குளிக்கலாம் மம்மு... கௌம்பு..."என்றாள் சுந்தரி.

எல்லோரும் பள்ளத்தில் இருந்து மேலே ஏறினார்கள். அப்போது சலீம்தான் பார்த்தான். பார்த்ததும் கூச்சலிட்டான்.

"அங்க பாரு யானை வருது...வாங்க எல்லாம் ஓடிருவோம்..."

வளர்பிறையும் மற்றவர்களும் அதைப் பார்த்தவுடன் பதைபதைத்து போனார்கள். என்ன செய்வது என அறியாது திகைத்து நின்றவர்களை கைகளைப் பிடித்து பக்கத்தில் இருந்த புதர்பக்கம் இழுத்துப்போனாள் வளர்பிறை.

அவர்கள் யாவரும் புதருக்குள் ஒளிந்துகொண்டார்கள். மம்மு கண்களை மூடிக்கொண்டான். வளர்பிறை புதர் மறைவிலிருந்து எட்டிப் பார்த்தாள். தூரத்தில் மிகவும் மெதுவாக அசைந்து வந்துகொண்டிருந்தது. அது வருவதற்குள் வலது பக்கப் பாதையில் ஓடிவிடலாம் என்றாலும் ஓடும்போது அதன் கண்ணில் பட்டுவிட்டால், என்னவாகும் என்று தெரியவில்லை.

வளர்பிறை யோசித்துக் கொண்டிருந்தபோதே யானை அவர்கள் இருக்கும் புதரை நோக்கி வந்துவிட்டது. எல்லோருக்குமே இதயம் படபடவென அடித்துக்கொண்டது. மம்மு கண்களை மூடியவாறே தன் கால்சட்டைப்பையில் காசிருக்கிறதா என்று துழாவினான். கிடைக்கவில்லை.

அந்த யானை தன் பெரிய காதுகளை அசைத்தவாறு புதரைத்தாண்டி மணற்பள்ளத்தை நோக்கிப் போனது. சலீமும், நடராசனும் புதருக்குள் ஒடுங்கிப்போய் கிடந்தார்கள். சுந்தரி சப்தம் இல்லாமல் ஏதோ முனகிக் கொண்டிருந்தாள்.

யானை அவர்களைக் கவனித்திருக்கவில்லை. தண்ணீர் அருந்தவே அங்கு வந்திருக்கக்கூடும். ஆனால் அது ஒரு முறை திரும்பிப் பார்த்தால் அந்தப் புதர் அதன் கண்ணுக்கு தெரிந்துவிடும். அது திரும்புவதற்குள் அந்தப்புதரை விட்டு மெதுவாக நகர்ந்துவிடவேண்டும் என்று வளர்பிறைக்கு பட்டது.

வளர்பிறை ஒரு முடிவெடுத்தாள். ஒவ்வொரு ஆளாக ஓடிப்போகலாம் என்று. அவ்வாறே சைகையில் மற்றவர்களிடம் அதனை தெரிவித்ததும், கனகு முதலில் அந்தப் புதரிலிருந்து ஓடினான். அடுத்து நடராசன், அடுத்து சலீம். யானை அதுவரை தண்ணீரைக் குடித்துக்கொண்டிருந்தது.

சுந்தரி தனது நீளப்பாவடையை கட்டிக்கொண்டு ஓட முற்பட்டபோது யானை காதுகளை அசைத்து சற்று திரும்பியது. வளர்பிறை சட்டென்று சுந்தரியைப் புதருக்குள் இழுத்துக்கொண்டாள். மூச்சை இழுத்துப் பிடித்துக்கொண்டு அசையாமல் இருந்தார்கள்.

ஒருவேளை யானை அவர்களைப் பார்த்திருந்தால் அந்தப் புதருக்கு கண்டிப்பாக வந்துவிடும். கனகும், நடராசனும், சலீமும் வெகுதொலைவுக்கு ஓடியிருந்தார்கள்.

வளர்பிறை சற்று கண்களை மூடி யோசித்தாள். சுந்தரி கண்களை மூடியவள் திறக்கவே இல்லை. மம்மு கண்ணீர் வடிய தேம்பிக்கொண்டிருந்தான். மனதைத் திடப்படுத்திக்கொண்டு புதரிலிருந்து எட்டிப் பார்த்தாள்.

யானை தண்ணீரை உறிஞ்சி தன் துதிக்கையால் உடலில் தெளித்துக்கொண்டிருந்தது.

வளர்பிறை சுந்தரியின் கையையும் மம்முவின் கையையும் இறுக்கமாகப் பற்றிக்கொண்டு புதரிலிருந்து வெளியே வந்து சேர்ந்து ஓடத் தொடங்கினார்கள். திரும்பப் பார்க்காமலேயே பாதையைத் தொட்டு ஓடினார்கள்.

ஒரு பெரும் தேக்கு மரம் இருந்தது. அதன் அடியில் வந்து நின்று திரும்பிப் பார்க்க வெகுதொலைவில் யானை இன்னும் தண்ணீர் பீச்சியடித்துக் குளித்துக்கொண்டிருந்தது. அனைவரும் பதைத்து, பயந்து வளர்பிறையின் முகத்தைப் பார்த்தார்கள்.

வளர்பிறை அங்கிருந்து தெரியும் அந்தப் பெரும் மலையைப் பார்த்துக்கொண்டிருந்தாள். பின்பு அவர்களிடம் திரும்பி "நாம வீட்டுக்குப் போகவேண்டிய நேரம் வந்துருச்சு..." என்றாள். எல்லோரும் அவள் பார்த்த திசையை நோக்கிப் பார்த்தார்கள். மலையிலிருந்து அந்தக் குதிரைகள் பாய்ந்து வந்துகொண்டிருந்தன.

பகுதி 4

வளர்பிறையின் கன்னத்தில் அவள் அம்மா தட்டி எழுப்பும் வரை அவள் அந்தக் கனவுக்காட்டில் ஓடிக்கொண்டேயிருந்தாள்.

எழுந்து நின்றாள். ஓடிய களைப்பு இன்னும் இருப்பதாக நினைத்தாள். சோம்பல் முறித்துக் கொண்டு முகம் கழுவினாள். அவள் அம்மா "இன்றைக்குச் சனிக்கிழமை என்னோடு வா..." என்றதும் வளர்பிறை சடசடவென குளித்துக் கிளம்பினாள்.

அம்மா சமையல் வேலைக்கு போகும்போது எப்போதாவது அழைத்துப்போவாள். ஒன்றும் பெரிய வேலை இருக்காது. அம்மாவே எல்லா வேலைகளையும் முடித்துவிடுவாள். அவள் சமைப்பதை வேடிக்கை பார்த்தாலே நேரம் விரைவாக ஓடிவிடும். சில நேரங்களில் வெங்காயம் வெட்டும் வேலையிருக்கும். அந்த வீட்டுச் சமையற்கட்டு மிகவும் பெரிதானது. வீடு

அதைவிட பெரிதாக இருக்கும். அது தவிர அந்த வீட்டிற்கு அவள் போகப் பெரிதும் விரும்புவாள். அதற்குக் காரணம் சில உண்டு.

அந்த வீட்டின் முகப்பில் ஒரு பெரிய குருவிக்கூடும் அதில் சில குருவிகளும் உண்டு. கூடவே அந்த வீட்டில் லீலா, சுசிலா என்ற இரண்டு சிறுமிகளும் உண்டு. வளர்பிறையை விட அவர்கள் இருவரும் இளையவர்கள். அவர்கள் இருவரும் மிடுக்கான, அழகான நிறத்தில் ஆடை அணிந்திருப்பார்கள்.

அவர்கள் அம்மா அச்சிறுமிகளை நன்கு அலங்கரித்து விட்டிருப்பார். மேலும் அவர்களுக்குத் தின்ன மிட்டாய்களும், பிஸ்கட்களும் கொடுப்பார்.

வளர்பிறை அந்த வீட்டில் சமையற்கட்டில் மட்டும்தான் இருப்பாள். சமையற்கட்டில் ஒரு பெரிய சன்னல் உண்டு. அந்த சன்னல் வழியே பார்த்தால் லீலாவும், சுசிலாவும் தங்களது விருப்பப்படி விளையாடுவார்கள். வளர்பிறைக்கு அவர்களுடன் விளையாடும் ஆசையிருந்தாலும். அம்மா வேண்டாமென்று தடுத்து விடுவாள்.

அங்கிருந்து பார்த்தால் அவர்களின் குருவிக்கூடும் அதனுள்ளே சில குருவிகளும் தெரியும். அவற்றைப் பார்த்துக்கொண்டிருப்பாள். அப்படித்தான் எல்லா நேரங்களிலும் நடக்கும். ஆனால் லீலா, சுசிலாவின் அப்பா வீட்டில் இருந்துவிட்டால் வளர்பிறைக்கு அவர்களோடு விளையாடும் வாய்ப்பு கிடைக்கும்.

அவர் சில நேரங்களில்தான் வீட்டில் இருப்பார். அவர் வீட்டில் இருந்தால் வளர்பிறையை அழைத்துச் சாப்பிட பிஸ்கட்டுகளும், சாக்லெட்டுகளும் தருவார். அப்போது அம்மா அதனை மறுக்க மாட்டாள். வெளியே குருவிக் கூட்டை அடுத்து விளையாட இடம் உண்டு. அங்கு லீலா, சுசிலாவுடன் விளையாடச் சொல்வார். லீலாவும், சுசீலாவும் சில பிளாஸ்டிக் விளையாட்டுப் பொருட்கள் வைத்திருப்பார்கள்.

அதில் பிளாஸ்டிக் பியானோவும் ஒன்று. சுசீலா அதனை அழுத்தி அழுத்தி சப்தம் வருகிறதாவென்று கேட்பாள். ஒருமுறை வளர்பிறையும் அதனை வாங்கி அழுத்திப் பார்த்தாள். எந்தச் சப்தமும் வரவில்லை. வளர்பிறைக்கு அங்கிருக்கும் குருவிக் கூட்டின் மேல்தான் அலாதிப்பிரியம். லீலாவை அழைத்து “நாம அதுக்குச் சாப்பிடக் குடுக்கலாமா?” என்று கேட்டபோது அவளும்

சம்மதித்து இருவரும் குருவிக்கூட்டருகில் வந்தார்கள். கூடவே சுசீலாவும் வந்தாள்.

"கிட்டப்போய்டாதே கடிக்கும்..." என்று சுசீலா தன் அக்காவிற்கும் வளர்பிறைக்கும் எச்சரிக்கை செய்தவாறே வந்தாள். ஆனால் அவை கூட்டிற்கு உள்ளேயே சிறகை விரித்துப் பறக்க முயன்றன. சில இறகை விரித்து சோம்பல் முறித்துக்கொண்டன. இடைவிடாது "கீச்...கீச்"சென்று கத்திக் கொண்டேயிருந்தன.

அவற்றில் ஒன்று பச்சை கலந்த மஞ்சள் நிறத்தில் இருந்தது. அதில் வெள்ளையாய் ஒரு குட்டிக் குருவியும் இருந்தது. அது தன் தாய்க்குருவிக்கு அருகிலேயே உட்கார்ந்திருந்தது. அதுதான் அடிக்கடி கத்திக்கொண்டிருந்தது.

அது பசியில்தான் கத்திக்கொண்டிருப்பதாய் வளர்பிறை நினைத்தாள். உடனே லீலாவிடம் இருந்த பிஸ்கட் ஒன்றைக் கேட்டாள். லீலா தந்ததும் அதனை எடுத்து கம்பிகளுக்கு இடையே நீட்டினாள். பட்டென்று ஒரு குருவி அதனை பிடிங்கிக் கொண்டு விட்டது.

ஆரஞ்சும், வெளிர் மஞ்சளும் கலந்த அந்தக் குருவி பிஸ்கட்டை கூட்டின் ஒரு மூலையில் வைத்துக் கொத்தித் தின்றது. அது வெள்ளைக் குட்டிக் குருவிக்கு தரவில்லை. மேலும் குட்டிக் குருவி கத்திக்கொண்டே இருந்தது. அப்போது லீலா தன்னுடைய இன்னொரு பிஸ்கட்டையும் வளர்பிறையிடம் நீட்டினாள்.

"கைய விடாதே கடிக்கும்... வலிக்கும்..." சுசீலா எச்சரித்துக் கொண்டே இருந்தாள். இப்போது வளர்பிறை அந்த தாய்க் குருவியிருக்கும் இடது பக்கத்தில் இருந்த கம்பிவழியாக பிஸ்கட்டை நீட்டினாள். அது பற்றிக்கொண்டுவிட்டது. பின்பு கொஞ்சமாகக் கொத்தித் தன் குட்டிக் குருவிக்கு வாயில் ஊட்டிவிட்டது. அதற்குப் பிறகு அது சப்தம் போடுவதை நிறுத்திவிட்டது.

"குருவிக்குத் தண்ணீ குடுக்கணும்..." என்று சுசீலா சொன்னாள். வளர்பிறை சமையற்கூடத்திற்குப் போய் சின்ன பாத்திரத்தில் தண்ணீர் எடுத்து வந்தாள். கூட்டின் ஒரு பகுதியில் குட்டியாய் பாத்திரம் இருந்தது. அதில்தான் தண்ணீர் ஊற்ற வேண்டும் என்று சுசீலா காண்பித்தாள்.

அவ்வாறே வளர்பிறையும் அதில் தண்ணீர் ஊற்றினாள். ஆனால் குருவிகள் தண்ணீரைக் குடிக்கவில்லை.லீலா குருவிகளிடம் கைகளை அசைத்து, "உங்களுக்குத்தான் தண்ணீ... குடிங்க..." என்று கத்தினாள்.

அதற்குப் பதில் அளிப்பதுபோல் குருவிகள் கீச்சிட்டன. அப்போது லீலா,சுசீலாவின் அம்மா வீட்டிற்குள் இருந்து இருவரையும் அழைத்தாள். அவர்கள் இருவரும் வீட்டிற்குள் ஓடினார்கள். அவர்கள் போன பிறகு குருவிக் கூட்டிற்கு அருகே வெகுநேரம் வளர்பிறை நின்று அக்குருவிகளைப் பார்த்துக் கொண்டிருந்தாள்.

அது மதிய நேரம் என்பதால் குருவிகள் கொஞ்சம் சோர்வு அடைந்திருப்பதாக வளர்பிறைக்குத் தோன்றியது. குட்டிக் குருவி மட்டும் வளர்பிறையைப் பரிதாபமாக பார்த்தது. யாரோ தன் அருகில் நிற்பது போல் தோன்றவே திரும்பிப் பார்த்தாள்.

லீலாவின் அப்பா மூக்குக் கண்ணாடி அணிந்திருந்தார். புன்னகையுடன் வளர்பிறையைப் பார்த்தார். "உனக்கு குருவிகளைப் பிடிக்குமா?" என்றார்.

"ஆமா..."

"இந்தக் குருவிங்க பேரு என்னன்னு தெரியுமா...?"

"தெரியாது..." சிரித்தாள்.

"உனக்கு ஏன் குருவியை பிடிக்கும்...?"

"பிடிக்கும்..." மறுமுறையும் சிரித்தாள். அவர் மேற்கொண்டு எதுவும் கேட்காமல் குருவிக்கூட்டை பார்த்துக் கொண்டிருந்தார். வளர்பிறை தயங்கி பின் "இந்தக் குருவிங்கள ஏன் அடைச்சி வச்சிருக்கீங்க...? என்றாள்."

அதற்குப் பதில் பேசமால் சிரித்தார். பிறகு "திறந்து விட்றலாமா...? அதுங்க காட்டுக்குப் போய்டும்..."

"ம்...நேத்து கனவுல காடு பாத்தேன்...அங்க நெறய குருவிங்க இருந்துச்சு... சுத்தி சுத்திப் பறந்துச்சு..."

"அப்டியா...நீ காட்ட நேர்ல போய் பாத்திருக்கியா...?"

"இல்லயே... யாரும் கூட்டிப்போல..."

"பரிட்சை லீவுக்கு வா நான் கூட்டிப்போறேன்..."

“ம்...” வாய்மூடி சிரித்துக்கொண்டாள்.

“இப்போ வா லீலாவோட உக்காந்து சாப்பிடலாம்...”

வளர்பிறைக்கு அப்படியொரு நாளும் வாய்த்ததில்லை. நிறைய நாட்கள் அம்மாவோடு அந்த வீட்டிற்கு வந்திருக்கிறாள். மதியம் சமையல் வேலை முடிந்ததும். கொஞ்சம் சாப்பாடு எடுத்துக்கொண்டு கிளம்பிவிடுவதுதான் வழக்கம். வீட்டிற்குப் போனதும் அதனைப் பகிர்ந்து சாப்பிடுவதும் மாலையில் அப்பா வருவதற்குள் அவருக்காகவும் சமைப்பதுதான் நடக்கும்.

வளர்பிறை வீட்டிற்குள் நுழைந்ததும், அம்மா சமையற்கட்டின் கதவுக்கருகே நின்றிருந்தாள். லீலாவும் சுசீலாவும் சாப்பாட்டு டேபிளில் உட்கார்ந்திருந்தனர். வளர்பிறை அவள் அம்மாவைப் பார்த்தாள். அம்மா தன் அருகே வருமாறு கண்களால் சைகை செய்தாள். வளர்பிறை ஓடிப்போய் அம்மாவிற்கு அருகில் நின்று கொண்டாள்.

லீலாவின் அப்பா கைகளைக் கழுவிவிட்டு வந்தார். லீலாவின் அம்மா அவர்களுக்கான சாப்பாட்டை டேபிளில் வைத்துக் கொண்டிருந்தாள்.

“வளர்... இன்னைக்கு எங்களோடுதான் சாப்பிடணும் வா... உங்க அம்மா வேண்டாம்னு சொன்னாலும் நீ சாப்பிட்டுதான் போகணும்... சீக்கிரம் வா, கை கழுவு...”

“உங்க அம்மா சாப்டக்கூடாதுன்னு சொன்னாங்களா...?” என்றார் லீலாவின் அம்மா. வளர்பிறை அம்மாவின் முகத்தைப் பார்த்தாள். சிரிப்பு பாதியும் பதற்றம் பாதியுமாக இருந்தது. பின்பு சரி போ...என்பது மாதிரி அவள் அம்மா தலையாட்டவே பதற்றமில்லாமல் வெட்கத்துடன் கை கழுவிக்கொண்டு சாப்பாட்டு மேசைக்கருகே வந்து நின்றாள். லீலா தனது இருக்கைக்கு அருகில் உட்காரச் சொன்னாள். லீலாவின் அம்மா ஒரு பெரிய தட்டில் சாப்பாடும் கொஞ்சம் காய்கறிக் கூட்டுகளும் வைத்தாள். வளர்பிறைக்கு அது ஒரு புது அனுபவமாகத் தோன்றியது.

வளர்பிறை தரையில்தான் உட்கார்ந்து சாப்பிடுவாள். முதன் முதலாகச் சாப்பாட்டு மேசையில் உட்காருவதே அவளுக்கு மகிழ்ச்சியாக இருந்தது. சுசீலா அமைதியாக உட்கார்ந்து சாப்பிட்டுக் கொண்டிருந்தாள்.

லீலாவின் அப்பா அம்மாவைப் பார்த்து, “இந்த வருச லீவுக்கு நீங்களும் வளர்பிறையும் வரணும்... நாம எல்லாருமா மசினக்குடி போகலாம். ஒரு ரெண்டு நாள்... சமைச்சி சாப்ட்டு காட்ட சுத்திப் பாக்கலாம்... வளரும் காடு பாக்கலயாம்...”

வளரின் அம்மா அமைதியாயிருந்தார். லீலாவின் அம்மா மெல்ல புன்னகைத்தவாறே “என்ன பதிலைக்காணோம்... காடுன்னா பயமா இருக்கா...? நாங்க வருச வருசம் போறதுதான்... பயப்படாம வாங்க...”

வளர் அம்மா தலையாட்டினார். அது வர சம்மதம் தெரிவிப்பதாகத்தான் இருந்தது. வளருக்கு அது மேலும் மகிழ்ச்சியளித்தது. கனவில் வந்த சிற்றோடையும், பூக்காடும் அவளுக்கு மனதில் வந்தது. வளர்பிறை லீலாவின் அம்மாவைப் பார்த்து “அங்க... யானை இருக்குமா?” என்றாள்.

சாப்பிட்டுக்கொண்டிருந்த சுசீலா அவளைப் பார்த்து, “பூனைதான் இருக்கும்...” என்று சிரித்தாள். அதற்கு லீலாவின் அப்பா சிரித்தார்.

“அப்போ அங்க இருக்காதா...?”

“இருக்குமே... பத்து பதினைஞ்சி இருக்கும்.”

“அப்டினா தொரத்துமே...”

“அத தொந்தரவு பண்ணினாத்தான் தொரத்தும்...”

“போன வருசம் போனப்ப குட்டியானை பாத்தோம்...” என்றாள் லீலா.

வளர்பிறைக்குத் தன் கனவில் வந்த யானை மனதில் வந்தது. மீண்டும் சாப்பிடத்தொடங்கினாள். பின்பு அம்மாவுடன் வீட்டுக்கு நடக்கும்போது கேட்டாள்.

“ஏம்மா... நீ யானைய நேர்ல பாத்திருக்கீயா?”

“கோயில்ல பாத்திருக்கேன்...”

“காட்டு யானை...”

“நான் எங்கடீ காட்டுக்குப் போனேன்...?”

“அம்மா, நான் கனவுல ஒரு காட்டு யானையைப் பாத்தேன்... அவ்ளோ பெரிசு காது... ஆட்டிட்டே தொரத்திட்டு வந்தது...”

“அப்பறம்...”

“நாங்க வேகமா ஓடியாந்தோம்...”

“யாராரு…?”

“நான்… சுந்தரி, மம்மு, கனகு, சலீம், நடராசன்…”

“அவ்ளோ பேருமா போனீங்க கனவுல…”

“யானை தண்ணீ குடிக்க வந்தப்போ எங்கள பாத்துருச்சு… தொரத்தித் தொரத்தி வந்துச்சு… பாவம் மம்மு…ஓடமுடியாம ஓடி வந்துட்டான்…”

“உங்கள யாரு கூட்டிப்போனது…?”

“பறக்கும் குதிரைகள்…”

வளர்பிறையின் அம்மா சிரித்தாள். “எங்காவது குதிரை பறக்குமா வளர்…”

“நிசமா பறந்துச்சும்மா…”

அம்மா மறுபடியும் சிரித்தாள். வீடு வரும்வரை வளர்பிறை கனவையும் அதில் கண்ட காட்டையும் விவரித்துக்கொண்டே வந்தாள். அவள் அம்மாவும் சுவாரஸ்யமாய் கேட்டுக்கொண்டே வந்தாள்.

இருவரும் வீட்டை நெருங்கும்போது வானம் மேகங்களோடு திரண்டிருந்தது. சாயந்தரப்பொழுது மெல்ல போய்க்கொண்டிருந்தது. வளர்பிறை வானத்தை அண்ணாந்து பார்த்தாள்.

ஒரு மேகம் பெரும் யானைபோல மெல்ல நகர்ந்தது. அது காட்டில் பார்த்த யானை போல் இல்லாமல் மிகவும் கறுத்திருந்தது. அவள் பார்த்துக்கொண்டே இருந்தாள். அது மெல்ல பறந்து வருவதுபோல் தோன்றியது.

பகுதி 5

கோழிப்பெட்டியில் கோழிகள் இல்லை. அவை தற்போது குப்பை மேட்டில் கால்களால் சுரண்டிக்கொண்டிருக்க வேண்டும் என்று வளர்பிறைக்குத் தெரிந்திருந்தது.

அருகில்தான் குப்பைமேடு இருந்தது. அப்பத்தா வீட்டின் கொல்லைப்புறத்தில் ஒரு வேப்பங் கம்புகளால் செய்த ஒரு கதவு இருக்கும் அதனைப் அப்பத்தா சணல் போட்டு கட்டிவைத்திருக்கும். வளர்பிறைக்கு எட்டும் தூரம்தான். கொஞ்சமாக எக்கிப் பிடித்து சணல் முடிச்சுகளை அவிழ்த்து விடலாம்.

கோழிகள் கதவைத் திறந்துகொண்டு போவதில்லை. அங்கே இண்டு, இடுக்குகள் நிறைய உண்டு. சாதுர்யமும் அவற்றுக்குத் தேவையில்லை. மிக விரைவாக கதவைத் தாண்டி விடும். அதன் பிஞ்சுக் குஞ்சுகளோ "கீச்... கீச்"சென்று பதறிக்கொண்டு தாய்க்கோழியோடு பறந்தும் தாவியும் மிக இலகுவாய் போய்விடும்.

இன்றைக்கு மதியமே அப்பத்தா வீட்டிற்கு வந்தாயிற்று. அப்பா வரவேண்டி இருந்ததால் வளர்பிறையை அழைத்துக்கொண்டு வந்துவிட்டார். இன்றைக்கும் கடலை மிட்டாய் வாங்கி பேப்பரில் மடித்துவைத்திருக்கிறாள் வளர்பிறை. கோழிகளுக்கு வழக்கமாக அவள் தருவதுதான். கதவைத்திறந்து குப்பை மேட்டை அவள் அடைந்தபோது கோழிகள் அங்கேதான் இருந்தன.

அடர்ந்த மஞ்சளும் வெளிர் சிவப்பும் கலந்த நிறத்திலான தாய்க்கோழி கால்களால் குப்பையைச் சுரண்டுவதும் பின்பு தன் அலகால் கொத்திக் கத்துவதும் அதனை நோக்கி குஞ்சுகள் பரபரவென அதனைக் கொத்துவதும் நடந்து கொண்டிருந்தது. அருகில் ஒரு சேவல் தன் கொண்டைப்பூக்கள் அதிர கூவிக் கொண்டிருந்தது. அதனோடு மேலும் இரண்டொரு கோழிகள் இருந்தன.

தாய்க்கோழிக்கு அருகே வளர்பிறை போய் நின்றவுடன் அது அவளை பார்த்துவிட்டு குஞ்சுகளுக்குக் கொத்தித் தின்னக் கற்றுக் கொடுக்கத் தொடங்கியது. வளர்பிறை தொண்டையைச் செருமினாள்.

அந்த ஒலியைத் தாய்க்கோழி கேட்டு மீண்டும் பார்த்தது. சட்டென்று தன் கையிலிருந்த கடலை மிட்டாயின் ஒரு பகுதியை எடுத்து கைகளால் நொறுக்கி குனிந்து தரையிலிட்டாள். அதனைப் பார்த்த கோழி சப்தமிட்டது. சப்தமிட்டதுதான் தாமதம் எல்லாக் குஞ்சுக்கோழிகளும் படபடவென தன் குட்டிச் சிறகுகளை அடித்தவாறே அவள் இட்ட மிட்டாயைக் கொத்துவதற்குப் பறந்து வந்தன. சில கொத்தின. தாய்க்கோழி சற்று அக்கம் பக்கம் பார்த்துவிட்டு மிட்டாய்க்கருகே வந்து அதனை இரண்டு மூன்றாக உடைத்ததால் குஞ்சுகள் அதனை எளிதாகக் கொத்தித் தின்றன.

மற்றுமொரு கறுப்புக்கோழியும் மிட்டாயைத் தெரிந்து வைத்திருந்தது. அதுவும் ஓடிவந்தது. ஆனால் தாய்க்கோழி அதனைச் சற்று பயமுறுத்தும்படிச் சப்தமிட்டவாறே துரத்தியது.

அங்கே அந்தக் குப்பை மேட்டை ஒட்டியவாறு வளர்ந்திருந்த வேப்பமரக்கிளைகளில் சில காக்கைகளும் உட்கார்ந்து கத்திக் கொண்டிருந்தன. அவற்றில் சிலவும் மிட்டாயை நோட்டம் விட்டுக் கொண்டிருந்தன.

காக்கைகள் தனக்குச் சாதகமாய் ஏதேனும் கிடைக்காதா என்று அந்தக் கிளைக்கும் இந்தக் கிளைக்குமாய் தாவிக்கொண்டிருந்ததில்

வேப்பம் பூக்கள் உதிர்ந்தன. அதனோடு சேர்ந்து வேப்பம்பழங்களும் விழத்தொடங்கின. வேப்பம் பூக்கள் உதிர்ந்து உதிர்ந்து அந்தக் குப்பைமேடு மலர்களால் அலங்கரிக்கப்பட்டது போல காட்சியளித்தது.

வளர்பிறை மற்றுமொரு துண்டு கடலைமிட்டாயை நொறுக்கித் தரையில் இட்டாள். அதனை எதிர்பார்த்திருந்த ஒரு காக்கை மின்னல் வேகப் பாய்ச்சலில் தரை நோக்கி வந்தது. ஆனால் தாய்க் கோழிக்கு அது தெரிந்திருந்தது.

தன் இரண்டு பக்க இறக்கைகளையும் தூக்கி நிறுத்திச் சிலிர்த்து அதனை விரட்டியது. அதன் பாய்ச்சலில் எட்டிப் பறந்த காகம் மறுபடியும் மரக்கிளைக்குத் தாவி உட்கார்ந்து கரைந்தது. வளர்பிறைக்கு அந்தக் காட்சி சந்தோசமாக இருந்தது. ஆனாலும் அவள் காக்கைகளின் பசிக்காகச் சற்று யோசனை செய்தாள். மிச்சமிருந்த சில துண்டுகளை வேப்பமரத்தின் தாழ்வான கிளை ஒன்றின் மேல் வைத்தாள்.

“கா... கா...” என்று கத்தினாள். அவை பார்த்ததே தவிர மிட்டாயை நோக்கி வரவில்லை. வளர்பிறை அந்த இடத்திலிருந்து குப்பை மேட்டின் இன்னொரு புறம் வந்தபின் காக்கைகள் இரண்டு மூன்றாய் பறந்து அந்த மிட்டாய் துண்டுகளைக் கொத்தித் தின்று கொண்டிருந்தன.

கோழிகளும் குஞ்சுகளும் பரபரப்பாய் குப்பை மேட்டில் ஏறி உணவு தேடிக்கொண்டிருந்தன. வளர்பிறை கொஞ்சம் முன்னேறி குஞ்சுகள் மேய்ந்துகொண்டிருக்கும் இடம் வந்தாள். இப்பொழுது ஒரு வெள்ளை நிறக் குஞ்சை சட்டென்று பிடித்துத் தூக்கினாள்.

கொத்துவதை நிறுத்தி தாய்க்கோழி வளர்பிறையைக் கழுத்தை திருப்பிப் பார்த்தது. ஆனால் குஞ்சு வளர்பிறையின் கையிலிருந்து குதித்து ஓடப் பார்த்துவிட்டு ‘கீச்...கீச்’சென்று தன் அகலமான அலகைத் திறந்து கத்தியது. அதற்குத் தாய்க்கோழியும் சற்று செருமிக்கொண்டது.

வளர்பிறையின் கையிலிருந்த குஞ்சு இப்பொழுது அமைதியாக இருந்தது. வெளிச்சத்தில் அது பொன்னிறமாக மின்னியது. அது இரண்டு மூன்று முறை தலையைத் திருப்பித் திருப்பிப் பார்த்தது. பிறகு மீண்டும் கீச்சிட்டது.

அதன் கீச்சிடல் இப்போது வேகமெடுத்தது. மெல்ல அதன் தலையைத் தொட்டு நீவினாள். கொஞ்சம் சமாதானம் அடைந்தது போல் நின்றது. பிறகு மீண்டும் கத்தத் தொடங்கியது. அதன் கத்தலில் தாய்க்கோழி கொஞ்சம் கலவரமானது போல் தன் கழுத்தைச் சிலிர்த்து 'கூர்...கூர்...' எனக் கத்தியது.

வளர்பிறை தன் கைகளைத் தாழ்த்தினாள். குஞ்சு பட்டென்று குதித்து தன் தாய்க்கோழியிடம் ஓடோடியது. அதன் வருகைக்கு நன்றி தெரிவிப்பதாய் தாய்க்கோழி குப்பையை நான்கு முறை கொத்திக் காண்பித்தது.

சிறிது நேரம் கோழிகளைப் பார்த்து நின்ற வளர்பிறை கேட்டை மூடி வீட்டின் தெற்கு புறமாய் வந்தாள். அப்பொழுதுதான் அவள் அதைக் கவனித்தாள். ஆமாம் ஊதா நிறத்தில் ஒரு பூவைச் சுமந்தபடி ஒரு சின்னஞ்சிறு செடியொன்று வேலியை ஒட்டி இருந்தது. அது அவளை மிகவும் கவர்ந்திழுத்தது.

அதன் அருகே போய் மண்டியிட்டு நின்றாள். அச்செடி தண்ணீர் இல்லாது துவண்டு விழுவதுபோல் இருந்தது. அது வளர்பிறையிடம் முகம் கொடுத்து எதையோ எதிர்பார்த்து நிற்பதாய் அவள் நினைத்தாள். இங்கேயே இதனை விட்டால் ஆட்டுக்குட்டி கடித்து தின்று விடலாம் என்றும் தோன்றியது.

அப்பொழுது சட்டென்று அதன் பக்கவாட்டில் சிறு பள்ளம் பறித்தாள். அதன் வேர் தெரிந்தது. எதுவும் ஒடிந்துவிடாமல் சற்று அகலமாகக் கையை வைத்தே சுரண்டி பள்ளம் பறித்தாள். மெதுவாய், மிக மெதுவாய் அதன் தண்டை தன் கைகளால் பற்றி இழுத்தாள். சட்டென்று மண்ணிலிருந்து வேரோடு அச்செடி வளர்பிறையின் கையோடு வந்துவிட்டது.

கோழிக் கூட்டுக்கு அடுத்து பூச்செடிகள் இருக்கும் அதன் வரிசையில் நான்காவதாக அச்செடியை நட்டு கொஞ்சமாய் தண்ணீர் ஊற்றினாள். அவளுக்கு நன்றி தெரிவிப்பதாய் அதன் ஊதாப்பூ பிரகாசித்தது. அவள் செடியை ஊன்றியபோது அப்பாவும் அப்பத்தாவும் வீட்டிற்குள் பேசிக்கொண்டிருந்தார்கள்.

அவர்களிருவரும் பேசியது வளர்பிறைக்குக் கேட்டது. அவர்களது உரையாடலில் கோழியைப் பற்றியும் இருந்தது. அவள் அதனைக் கூர்ந்து கேட்டபோதுதான் அவளுக்குப் புரிந்தது. ஒரு கோழியைப் பிடித்துக்கொண்டு போய் நறுக்கிக் குழம்பு வைக்குமாறு அப்பத்தா

சொன்னதைக் கேட்டதும் வளர்பிறைக்கு அழுகையே வந்துவிடும் போல் இருந்தது.

‘அவை பாவம்’ என்று அவளது மனம் சொல்லிற்று. சோர்ந்து போனாள். எட்டிப் பார்த்தாள். கோழிகள் இன்னும் குப்பை மேட்டில் மேய்ந்துகொண்டிருந்தன. அதில் கறுப்புக் கோழியைத்தான் கொல்லப்போகிறார்கள். செதில் செதிலான அதன் இறகுகள் வெயிலில் மின்னின.

மெதுவாய் வீட்டின் முன்பக்கம் வந்தாள். அப்பத்தா சிமெண்ட் தரையில் சாய்ந்து படுத்திருந்தார். அப்பா பிளாஸ்டிக் சேரில் சாய்ந்து உட்கார்ந்திருந்தார்.

“என்னப்பா...?”

“ஒண்ணுமில்லயே வளர் கிளம்புவோமா...?”

“ரெண்டுபேரும் கோழிய கொல்லப்போறீங்களா...?”

“கேட்டுட்டீயா... உங்கப்பாவுக்குத்தான்...உனக்கில்ல...” என்றார் அப்பத்தா.

“அதெல்லாம் வேணாம் அப்பத்தா... பாவம் அது... அப்பா, வேணான்னு சொல்லுங்கப்பா... அது இங்கயே இருக்கட்டும்...”

இருவரும் சிரித்தார்கள். அப்பா வளர்பிறையை அருகில் இழுத்து வைத்துக்கொண்டார். வளர்பிறைக்கு அப்போதைக்கு அப்பாவின் அரவணைப்பு பிடிக்கவில்லை. விலகி நின்றாள்.

அவளுக்கு அழவேண்டும் போல் தோன்றியது. அவளை அறியாமல் கண்ணீர் துளிர்த்தது. அப்பத்தா சட்டென்று அவள் கையை பிடித்து தன் மடியில் வைத்து கண்களைத் துடைத்துவிட்டார்.

“வேணாம்...கோழியக் கொல்லவேணாம்...”

அவள் இப்போது அழுதுவிட்டாள். மறுபடியும் அப்பத்தா தன் சேலையால் அவளின் கண்ணீரைத் துடைத்துவிட்டாள்.

அப்பா மேற்கொண்டு சமாதானம் சொன்னார். ஆனால் வளர்பிறையால் அதனை நம்பமுடியாமல் தவித்தாள். அப்போது பக்கத்து வீட்டுக்காரர் வந்தார். அவரோடு அப்பா பேசத் தொடங்கி யிருந்தார்.

அதுதான் சமயம் என்று பட்டது வளர்பிறைக்கு. மெதுவாக வீட்டின் பின் பக்கத்திற்கு வந்து கொஞ்சம் குறு நெல்லை கைகளில் அள்ளிக்கொண்டு குப்பை மேட்டை நோக்கி ஓடினாள். அவள் நினைத்தபடி அந்தக் கறுப்புக் கோழி குப்பையைக் கிளறியபடி இருந்தது. அதன் அருகில் நெருங்கி குறுநெல்லைக் காட்டினாள்.

அவளை அந்தக் கோழிக்கு நன்றாகத் தெரிந்திருந்தது. சட்டென்று ஓடிவந்து நின்றது. உட்கார்ந்து கைகளை விரித்துக் காட்டினாள். அது மிக அமைதியாக கைகளில் இருந்த நெல்லை கொத்தத் தொடங்கியது. இம்மாதிரி செய்ய அப்பத்தா முன்னமே சொல்லிக் கொடுத்திருக்கிறார். அப்பத்தாவும் அப்படித்தான் செய்யும்.

அவள் அதைப் பலமுறை பார்த்திருக்கிறாள். இப்போதும் அது போலவே நடந்தது. மெதுவாக கைகளைப் பின்னுக்கு இழுக்க, கோழி கொஞ்சம் பயமின்றி முன்னே வந்தது. இன்னும் கொஞ்சம் கைகளைப் பின்னே இழுத்தாள். மறுமுறையும் முன்னேறியது கோழி. வலது கையால் அதன் இறகைத் தொட்டாள். கொஞ்சம் கொக்கரிப்புடன் சமாதானமாய் நின்று இடது கையில் இருக்கும் நெல்லைக் கொத்தியது.

அவளுக்கு அந்தச் சமயம் சாதகமானது. சட்டென்று அதன் கழுத்துப் பகுதியையும் உடலையும் சேர்த்துப் பிடித்தாள். இப்பொழுது கோழியைத் தூக்கினாள். சற்றுத் திமிறியது. அவள் சாமர்த்தியமாக இடுப்போடு சேர்த்துப் பிடித்தவாறு விறுவிறுவென்று நடக்கத் தொடங்கினாள்.

கோழி அமைதியாக இருந்தது. குப்பை மேடுகளைத் தாண்டி மாந்தோப்பை ஒட்டியவாறு நடந்தாள். பின்னால் யாராவது வருகிறார்களா என்றும் பார்த்துக்கொண்டாள்.

அப்படி யாரும் வரவில்லை என்பது அவளுக்கு மகிழ்ச்சியாக இருந்தது. இன்னும் கொஞ்சதூரம் நடக்க வேண்டும் என்று நினைத்தாள்.

ஆற்றின் மேற்குப் பக்கம் ஒரு சாலை போனது. அதனை அடுத்து ஒரு பொட்டல்காடு இருந்தது. முன்பு ஒருமுறை அப்பாவுடன் வந்த இடம்தான் அது. அதுவரை நடந்துவிட்டாள். அவள் நடந்துகொண்டே கோழியின் காதுக்கருகே பேசினாள்.

"இனிமே அப்பத்தா வீட்டுக்கு வந்திராதே... உன்ன கொன்னுருவாங்க... எங்க அப்பா உன் கழுத்த அறுத்துருவாரு... எனக்குத் தெரிஞ்சு போச்சி... அப்பத்தாவும் அப்பாவும் பேசினத நான் கேட்டேன்... அதான் உன்ன இங்க கூட்டியாந்திருக்கேன்... தப்பிச்சு போய்டு... இல்லன்னா கொழம்பு வச்சிருவாங்க... சரியா... சரியா... சரியா..."

கறுப்புக் கோழி அவள் பேசுவதைப் பார்த்துக் கண்களை உருட்டியது. புரிந்துவிட்டது போல் "கூர்... கூர்..." என்று சின்னதாக உறுமியது. அவள் மேலும் இரண்டொரு வார்த்தைகள் பேசினாள்.

"உன்ன அப்பத்தாதானே வளத்துச்சு... இப்ப அதுவே கொல்லுவேன்னு சொல்லுது... நீ இந்தப் பொட்டக்காட்டுக்குள்ள ஓடிப்போய்ரு..." என்று அந்தப் பொட்டல் காட்டின் ஒரு மூலையில் கைகளை உதறி விட்டாள். அக்கறுப்புக் கோழி சட்டென்று தனது இறக்கைகளை இரண்டு முறை அடித்து அவளைத் திரும்பிப் பார்த்து நின்றது. அவள் அதனருகே குனிந்து நின்றாள். ஆனால் அது வழி தெரியாதது போல் கண்களை உருட்டி உருட்டிப் பார்த்தது.

"ஏன் உருட்டி உருட்டி முழிக்கிற... போ... ஓடிப்போ..." என்றாள். அதன் பிறகு அங்கு கிடந்தவற்றைக் கொத்தித் தின்ன ஆரம்பித்தது. வளர்பிறை திரும்பி ஓட ஆரம்பித்தாள். அவள் வெகு தூரம் வந்துவிட்டது அப்போதுதான் தெரிந்தது. அப்பா எங்கே போனாய் என்று கேட்டால் என்ன செய்வது என்று யோசித்தவாறே ஓடினாள். குறுக்குப் பாலத்தைத் தாண்டி ஒரு வயல்வெளியில் அவள் ஓடினாள்.

வீட்டிற்கு அருகே வந்தபோது அந்தத் தாய்க்கோழியும் அதன் குஞ்சுக் கோழிகளும் குப்பைக்கு அருகில்தான் நின்றன. அவை வளர்பிறையைப் பார்த்துவிட்டன. அவள் ஏதாவது கையில் வைத்திருக்கிறாளா என்று கழுத்தைத் திருப்பித் திருப்பிப் பார்த்தது. இல்லை என்றதும். திரும்பிக் கொத்தத் தொடங்கியது.

அவள் வீட்டை அடையும்போது அப்பாவும், பக்கத்து வீட்டுக் காரரும் இன்னும் பேசிக்கொண்டுதான் இருந்தார்கள். அப்பத்தாவும் கூட இருந்தாள். ஒரு வழியாய் ஓடிவந்த பதைபதைப்பு அடங்கியது மாதிரியிருந்தது. மேலும் பெரிய துயரம் தீர்ந்துவிட்டது போல் உணர்ந்தாள் வளர்பிறை.

இந்தச் சமயத்தில் சரிவர யோசித்திருக்காவிட்டால் அந்தக் கறுப்புக்கோழி இறந்திருக்கும். அதற்கு விடுதலை கிடைத்துவிட்டது. இந்நேரத்திற்கு எங்காவது அது கொத்திப் பொறுக்கிக் கொண்டு இருக்கும் என்று நினைத்தவாறு திண்ணையில் உட்கார்ந்திருந்தாள். அப்பொழுதுதான் அவளுக்குத் தோன்றியது. சட்டென்று எழுந்து மறுபடியும் குப்பைமேட்டிற்கு ஓடினாள். என்ன ஆச்சர்யம் அந்தக் கறுப்புக்கோழி குப்பை மேட்டின் ஒரு ஓரத்தில் கால்களால் கிளறிக் கொத்திக்கொண்டிருந்தது. வளர்பிறைக்கு ஆச்சர்யமும் கோபமும் கொப்புளித்தது.

என்ன செய்வது இந்த முட்டாள் கோழியை என்று நினைத்தாள். ஒரு கல்லை எடுத்து அதன் மேல் எறிந்துவிடலாமா என்றுகூட தோன்றியது அவளுக்கு. அப்போது அவளது அப்பா அவளுக்கருகில் வந்து நின்றார்.

“இங்கே என்ன பண்ற வளர்...?”

“இல்லப்பா... கோழிய பாத்துட்டிருக்கேன்...”

“நான்தான் சொன்னேன்ல... அத நான் ஒண்ணும் பண்ண மாட்டேன்... நீ பயப்படாம வா... நாம வீட்டுக்குப் போலாம்...” என்ற அப்பாவை இரக்க முகத்துடன் அவள் பார்த்தாள். அவள் அப்பாவும் அதனைப் புரிந்து கொண்டதுபோல் அவள் விரல்களை பிடித்துக்கொண்டார்.

நடந்ததை சொன்னால் அப்பா கோபப்படுவார். அந்தக் கோழிக்குப் புத்தியில்லை. நான் அவ்வளவு தூரம் போய் அதனை காப்பற்ற எடுத்த முடிவைப் பற்றிக் கவலைப்படாமல் திரும்ப வந்து இந்தக் குப்பையைக் கிளறிக்கொண்டிருக்கிறதே என்று நினைத்தாள்.

ஒருமுறை அந்தக் கோழியைத் திரும்பிப் பார்த்தாள். அக்கோழி வழக்கம் போல் கொத்திக்கொண்டும் கிளறிக் கொண்டும் இருந்தது. அதற்குப் பிறகு அப்பாவின் கைகளைப் பிடித்துக்கொண்டாள். அப்பத்தா வீட்டிலிருந்து இருவரும் நடக்கத் தொடங்கினார்கள்.

வீடு வரும் வரை அந்தக் கோழியைப் பற்றியே அவள் நினைத்து வருந்தினாள். ஏன் அது தன் உயிரைப் பற்றியே கவலையில்லாமல் நடந்துகொண்டது? நான் அவ்வளவு சொல்லியும் அது தன் காதில்

போட்டுக் கொள்ளவில்லையே. ஒருவேளை அந்தப் பொட்டல் காட்டில் அது தங்குவதற்கான இடம் இல்லாமல் இருப்பதால் வந்திருக்குமோ? அப்படித்தான் இருக்கும்.

அப்பத்தா வைத்திருப்பது மாதிரியான கோழிக்கூடு அங்கில்லை. இரவில் அந்தக் கூடுதான் அதற்கு சாதகமான இடம். அதுதான் அதற்குப் பாதுகாப்பும் கூட என்று எண்ணியவாறே நடந்தாள். சாயந்தரப்பொழுது வந்திருந்தது.

பகுதி 6

அன்றைக்குப் பள்ளி நாள். எப்போதும் போலவே சுந்தரியும் கனகும், மம்முவும்தான் ஒன்றாக நடந்து போனார்கள். மஞ்சள் பைகளை தூக்கிக்கொண்டு தட்டான்குளத்தை தாண்டிதான் போகவேண்டி வரும். தட்டான்குளம் அதிக நீர் நிறைந்த குளம். சுற்றிலும் பெரிய பூவரச மரங்கள் குளத்தின் கரையோரம் வளைந்து நிற்கும். குளம் முழுவதும் குச்சிப்பூச்சிகள் 'சர்... சர்...' என நகர்ந்து கொண்டேயிருக்கும்.

அந்தக் குளத்தில் நிறைய தட்டான்கள் வெங்காயத் தாமரை இலைகளின் மேல் மொய்த்துக் கொண்டிருக்கும். மாலை நேரங்களில் எண்ணிக்கையில் அடங்காத தட்டான்கள் சுற்றிக் கொண்டிருக்கும். அவற்றைப் பிடித்துத் தின்ன சின்னச்சின்னப் பறவைகள் பூவரசு மரங்களின் கிளைகளில் காத்திருக்கும். எனவேதான் அது தட்டான்குளமாயிற்று. கரையின் ஓரமாக ஒரு

மண்பாதை உண்டு. அதன் வழியாகத்தான். வளர்பிறையும் அவள் நண்பர்களும் நடந்து செல்வார்கள்.

சில நேரங்களில் பள்ளிவிட்டு வரும்போது குளிக்கத் திட்டமிடுவார்கள். கனகுதான் மரத்தின் மேலேறிக் குதிப்பான். தத்திப்பித்தி சலீமும் ஏறிவிடுவான். அங்கிருந்து குதிக்கும்போது குளம் இரண்டாகப் பிளக்கும். குளத்தின் தண்ணீர் கரையைக் கடந்து போய்வரும்.

அக்குளத்தில் வளர்பிறை இரண்டு மூன்று முறை குளித்திருக்கிறாள். கரையிலிருந்தே சொருகல் போடுவாள். அவ்வளவுதான். குளத்திற்குள் மூழ்குகையில் கண்களைத் திறந்து பார்த்தால் அற்புதம்தான். அழுக்குப் பச்சை நிறத்தில் தண்ணீர் கண் நிறைந்து நிற்கும். சின்னச் சின்ன குட்டி மீன்கள் அங்கே நீந்துவதைப் பார்க்கமுடியும்.

ஒரு பெரிய மீன் தொட்டிக்குள் நாம் மிதப்பது போல் தோன்றும். மம்முவைத் தவிர எல்லோரும் நீச்சலடிப்பார்கள். மம்முவிற்கு பயம். கரையிலேயே காலாட்டிக்கொண்டு உட்கார்ந்துவிடுவான். சில நேரம் கரையிலேயே முங்கிமுங்கி எழுவான். தான் குளித்துவிட்டதாக கூறிக்கொண்டு எழுந்து கரையேறுவான்.

இரண்டு மூன்று நீச்சல்கள், சில முக்குளிப்புகள் எனக் குளியல் முடித்து கிளம்பும்போது எல்லோர் கண்களும் சிவந்திருக்கும்.

காலையில் அவர்கள் அந்தக் குளத்தை கடக்கும்போது சில பேர் துணிகளைத் துவைத்துக் கொண்டிருப்பார்கள். தட்டான்கள் கொஞ்சம் சுற்றிக் கொண்டிருக்கும். சலீம் தட்டான் பிடிப்பதில் கெட்டிக்காரன். பதுங்கிப் பதுங்கிப் பிடித்துவிடுவான் ஒரு நூலில் கட்டிப் பறக்க விட்டுக்கொண்டே வருவான். மண்டையை உருட்டி உருட்டிப் பார்க்கும். பெரிய தட்டானைப் பிடிப்பதைவிட ஊசித்தாட்டானைப் பிடிப்பது சுலபம். வண்ணமயமான தட்டான் அது. அதன் இறக்கையில் அதன் உடலில் பல வண்ணங்கள் அப்பின மாதிரி இருக்கும்.

வளர்பிறை அதனை விடுமாறு முறையிட்டுக்கொண்டே வருவாள். சில நேரம் விட்டுவிடுவான். சில நேரம் பிடிவாதம் பிடிப்பான். இப்படியாகத்தான் பள்ளிப் பயணம் இருக்கும். பள்ளிக்குள் நுழையும்போது மணி அடித்திருக்கவில்லை. பள்ளியறையில் சில சில குழுக்களாக சிமெண்ட் தரையில்

உட்காரலாம். அவரவர் பக்கத்திலேயே புத்தகப்பையை வைத்துக்கொள்வார்கள். ஆசிரியை வரும் வரை விளையாடிக் கொண்டோ, பேசிக்கொண்டோ இருப்பார்கள்.

புத்தகப்பையை வைத்ததும் கனகு நாவல் பழம் பறிக்கலாம் என்று கூப்பிட்டான். அது வாடிக்கை இல்லை. ஆனாலும் இப்பொழுது நாவல் பழம் பழுத்துத் தொங்கும் காலம் என்பதை கனகு அறிவான். பள்ளியை ஒட்டிய சுவருக்கு அந்தப் பக்கம் நீண்டு உயர்ந்து நிற்கும் நாவல் மரம். அதன் அடிப்பாகம் பெரிதாக இருந்தாலும் கனகு அதில் ஏறிவிடுவான்.

வளர்பிறையும், மம்முவும் கனகைத் தொடர்ந்தார்கள். அவர்கள் நாவல் மரத்தை அடைந்ததும் மம்முவும், வளர்பிறையும் மரத்தைச் சுற்றிலும் உதிர்ந்து கிடந்த நாவல் பழங்களை பொறுக்கத் தொடங்கினார்கள். நிறைய பழங்கள் விழுந்த வேகத்திலேயே சிதறிக் கிடந்தன. அவை மிகவும் பழுத்தவை. மேலும் தின்பதற்கு மிகவும் ருசியானவை.

நிறைய பழங்கள் காற்று அடிப்பதால் விழுந்தவை. சில குருவிகள் கொத்தும் பொழுது தவறி விழுந்தவை. மம்மு கைகள் நிறையவும் கொஞ்சம் கால்சட்டைப்பையிலும் சேகரித்துக்கொண்டான். வகுப்பு இடைவெளியில் பகிர்ந்து தின்பதற்காக வளர்பிறையும் கைகளில் முடிந்தவரை சேகரித்துக்கொண்டாள்.

கனகு கீழே கிடந்த பழங்களைப் பொருக்கவில்லை. பருத்த அந்த மரத்தைப் பற்றிக்கொண்டு ஏறத் தொடங்கினான். சட்டென்று ஒரு கிளையைப் பிடித்துத் தாவி ஏறிவிட்டான். கிளையில் நின்றவாறே சுற்றும்முற்றிலும் பார்த்தான்.

“வளர், நான் உலுக்குறேன். நீ பொறுக்குறீயா...?”

“நாம என்ன விக்கவா போறோம்...? பேசாம நீ கீழே கெடக்கறத பொறுக்கலாம்ல...”

“அதெல்லாம் அணிக்கடிச்சது... காக்கா கடிச்சது...நான் புதுசா உலுக்கறேன்... நீயும் எடுத்துக்கோ...”

“அப்போ எனக்குடா...” என்றான் மம்மு.

“எனக்குப் பாதி உங்களுக்குப் பாதி...”

இடது கையால் ஒரு சிறிய கிளையைப் பற்றி அசைத்தான். அது மிகவும் சிறிய கிளைதான். ஆனால் அதிலிருந்து ஏராளமான நாவல் பழங்கள் மழைபோல் சிதறிக் கீழே விழுந்தன. ஒன்றிரண்டு மம்முவின் மேலும் வளர்பிறை மேலும் விழுந்து விலகி ஓடின.

“போதும் போதும்...” என்றாள் வளர்பிறை. கனகு அவள் சொல்வதைக் காதில் போட்டுக்கொள்ளாமல் அடுத்த கிளையை ஆட்டினான். மறுபடியும் ‘பொல பொல’வென பழங்கள் கொட்டியது.

அவற்றை வளர்பிறையும் பொறுக்குவதற்குள் கனகு கீழே இறங்கி இரண்டு கைகளையும் தட்டிக்கொண்டான். பிறகு அவனும் பழங்களை ஓடி ஓடிப் பொறுக்கினான். கைகள் கொள்ளாமல் நிறைய பழங்கள். கனிந்த சில பழங்களை கனகு வாயில் போட்டுக்கொண்டான்.

மூவரும் நாவல் பழங்களைப் பொறுக்கிக்கொண்டு வகுப்பிற்கு விரைந்து வந்தார்கள். அதுவரை ஆசிரியை வந்திருக்கவில்லை. கொஞ்சம் பழங்களை சக மாணவர்களுடன் பகிர்ந்தார்கள்.

சலீம் வந்து கைநீட்டினான். கனகு சில பழங்களை அவன் கைகளில் தந்தான். மேலும் கொஞ்சம் தாவென அவன் கேட்டான். வளர்பிறை கொஞ்சம் அவனுக்குத் தந்தாள்.

“என்கிட்ட சிவப்பு பழம் இருக்கு வேணுமா...?” என்றான் சலீம்.

“எனக்குடா...” என்று கைநீட்டி நின்றான் மம்மு.

“சிவப்புப் பழமா...? என்ன பழம்...?”

தனது புத்தகப் பைக்குள்ளிருந்து சிறிய டப்பாவை எடுத்துத் திறந்தான். மம்முவும் வளர்பிறையும் ஆர்வமுடன் அதனைப் பார்த்து நின்றார்கள். அருகில் கனகும் நின்றிருந்தான். சலீம் திறந்த டப்பாவில் பழங்கள் இல்லை. அது தேன் மிட்டாய்கள்.

தேன் மிட்டாயைத்தான் அவன் சிவப்புப் பழம் என்று சொன்னான். மம்மு அதனைப் பார்த்தவுடன் சிரித்தான்.

“ப்பூ இதான் உன் செவப்பு பழமா? பொய்க்கோலி...” என்றான் சிரித்துக்கொண்டே மம்மு.

வளர்பிறையும் கனகும் விழுந்து விழுந்து சிரித்தார்கள். பின்பு சலீம் ஒரு கையில் நாவல் பழங்களையும் இன்னொரு கையில் தேன் மிட்டாயையும் அருகருகே காண்பித்தான்.

இரண்டும் பழங்கள் போலவே இருந்தன.

"யேய்... ஆமாண்டா பழம் மாதிரியே இருக்குடா தேன்முட்டாயி..."

சலீம் ஆளுக்கு ஒன்று என்று பங்கிட்டுக் கொடுத்தான். மம்மு அதனை வாங்கி நாக்கில் வைத்து நக்கினான். பின்பு சப்புக்கொட்டினான்.

"தேன் வழியுதுடா..."

"ச்சீ... அது தேன் இல்ல சீனிப்பாவு..." என்றாள் வளர்பிறை. அவளும் ஒரு தேன் மிட்டாயை வாயில் போட்டுக்கொண்டாள்.

"சலீமு... இன்னொன்னு வய்யி... சுந்தரி வருவா... அவளுக்குக் கொடுக்கணும்..."

"இன்னும் நாலிருக்கு... தர்றேன்..."

கனகு பதற்றமாக வளர்பிறைக்குப் பக்கத்தில் வந்தான். "வளரு... இன்னைக்குத்தானே கதை சொல்லணும்... உனக்குத் தெரியுமா? எனக்கு ஒரு கதையும் தெரியாது. மம்மு உனக்குத் தெரியுமா? என்ன கதை சொல்லப்போறே நீ...?"

மம்மு உதட்டைப் பிதுக்கி கைகளை விரித்தான். வளர் சிரித்தாள். சலீம் மற்றொரு தேன் மிட்டாயைச் சுவைத்துக் கொண்டிருந்தான்.

"இன்னும் கொஞ்ச நேரத்தில டீச்சர் வந்துருவாங்க...என்ன கதை சொல்றது...? வளரு... நீ எனக்கு ஏதாவது குட்டிக்கதை சொல்லேன்..."

"எனக்கே ஒரு கதைதான் தெரியும்... கனகு சுந்தரி வந்தா அவளுக்கு நிறைய கதை தெரியும். அவங்க பாட்டி நெறய கதை சொல்லுமாம்... குட்டிக்கதை, பழயக்கதை, ராஜாக்கதை, காட்டுக்கதை, பேய்க்கதை... அவகிட்ட கேட்டுக்கலாம்..."

"எனக்குப் பேய்க் கதைன்னா பிடிக்கும்..." என்றான் கனகு.

"சுந்தரி இன்னைக்கு வரலன்னா...?" என்று அசட்டுத்தனமாக சிரித்துக்கொண்டே கேட்டான் மம்மு. ஆனால் அதற்குள் அந்த அறைக்குள் ஆசிரியை வந்துவிட்டார்.

எல்லோரும் எழுந்து "வணக்கம் டீச்சர்..." என்று சொல்லி கையை உயர்த்தினார்கள். வகுப்பிற்குள் வந்த ஆசிரியை ஒல்லியாய் சற்று உயரமாய் இருந்தார். ஆசிரியை உள்ளே நுழைந்தவுடன் அவள் போட்டிருந்த பவுடர் வாசனையும் நுழைந்தது. கிளிப்பச்சை நிறத்திலான சேலையில் மஞ்சள் கட்டங்கள் சின்னதும் பெரிதுமாய் போட்டிருந்தது. ஆசிரியை அதில் பளிச்சென்று இருந்தார்.

வளர்பிறையிடம் மம்மு திரும்பி "பவுடர் வாசனை வருதில்ல..." என்றவனை வளர்பிறை அவள் உதட்டில் கைவைத்து 'உஷ்....' என்றாள். மம்மு சிரித்துக்கொண்டான். ஆசிரியை சிரித்த முகத்துடன் கைகூப்பி வணக்கம் சொன்னார். ஆசிரியையின் கையில் சில புத்தகங்கள் இருந்தன. அவற்றை அறையின் மூலையில் இருந்த டேபிளில் வைத்துவிட்டு திரும்பி நின்றார். ஒருமுறை எல்லோரையும் பார்த்துவிட்டு அவளுக்குப் பின்னால் இருந்த கரும்பலகையில் தேதியையும் கிழமையையும் எழுதிவிட்டு மிகப்பெரியதாய் கையிலிருந்த சாக்பீஸால் 'கதை நேரம்' என்று எழுதினார்.

இன்னைக்கு யார் யார் கதை சொல்லப்போறீங்க...? என்றவாறு எல்லோர் முகத்தையும் பார்த்தாள். ஆசிரியையின் முகத்தில் புன்னகை இருந்தது. மெல்ல மெல்ல யோசனை செய்தவாறு சிலர் தலைக்கு மேல் கைகளைத் தூக்கினார்கள்.

"கனகு உனக்கு கதை தெரியாதா? இன்னைக்கு கதை சொல்ல வேண்டிய நாள்தானே... உனக்குப் போன வாரமே சொன்னேனே... வீட்டில் நீ கதை கேட்கவில்லையா...? உங்க அப்பாகிட்ட இல்லன்னா அம்மாகிட்ட... இல்லன்னா பாட்டிக்கிட்ட... யார்கிட்டயாவது கதை கேட்டு வந்திருக்கலாமே...? அது பழய கதையாயிருந்தாலும் சொல்லலாம்..."

கனகு மௌனமாகப் குனிந்தான். பிறகு நிமிர்ந்து பார்த்தான். ஆசிரியை புன்னகை மாறாமல் அவனைப் பார்த்துவிட்டு வருகைப் பதிவேட்டை எடுத்து ஒவ்வொரு பெயராய் அழைக்கத் தொடங்கினார். குழந்தைகள் அவர்கள் பெயர் அழைக்கப்படும்போது எழுந்து கைகட்டி "உள்ளேன் டீச்சர்..." என்று சொல்லிவிட்டு உட்கார்ந்தார்கள்.

அப்பொழுதுதான் சுந்தரி அறை வாசலில் வந்து நின்றாள். ஆசிரியை சுந்தரியின் பெயரை அழைப்பதற்கு முன்னமே அவள் வந்துவிட்டாள். சுந்தரியைப் பார்த்ததும் வளர்பிறைக்கு

மகிழ்ச்சியாயிருந்தது. அன்றைக்கு குட்டைப்பாவடையும் இளம் பச்சை நிறத்தில் சட்டையும் போட்டிருந்தாள். இரட்டை சடை பின்னலிட்டு கரும்பச்சை நிற ரிப்பனால் கட்டியிருந்தாள்.

"உள்ள வா சுந்தரி..." என்று ஆசிரியை சொன்னதும் மகிழ்வோடு உள்ளே நுழைந்து வளர்பிறைக்கு அருகில் உட்கார்ந்துகொண்டாள். எல்லோர் பெயரையும் வாசித்தபின் வருகைப் பதிவேட்டை மூடிவிட்டு குழந்தைகளிடம் ஆசிரியைத் திரும்பி நின்றார்.

"ஆரம்பிக்கலாமா? முதலில் யார் சொல்றது கதைய... சரி யார் இன்னைக்கு லேட்டா வந்தாங்களோ அவங்கதான் முதல்ல கத சொல்லணும்... சுந்தரி நீ வந்து கத சொல்லு..."

மெல்லப் புன்னகைத்தவாறே எழுந்து வந்து கைகட்டிக்கொண்டு கதை சொல்ல ஆரம்பித்தாள் சுந்தரி.

பகுதி 7

அந்தக் காட்டில் சில குரங்குகள் வசித்து வந்தன. அவை கிளைகளுக்குக் கிளை தாவிக்கொண்டும், மரங்களிலிருந்து சறுக்கி கொண்டும், தங்களது குட்டிக் குரங்குகளுக்காகப் பழங்களைப் பறிக்கும். பழத்தைக் கடித்து குட்டிகளுக்கு ஊட்டிவிடும். இவ்வாறாக பொழுதை கழித்தன.

அதில் கதி, மதியென்ற இரு குரங்குகளும் இருந்தன. அவையிரண்டும் இணைபிரியாத நண்பர்கள் என்பது அங்கே இருக்கும் எல்லா குரங்குகளுக்கும் தெரியும். மிகவும் சுறுசுறுப்பாக மரங்களில் தாவி விளையாடுவதும், உச்சிக் கிளைகளிலிருந்து அடுத்த மரத்திற்குப் பாய்வதுமாக அவை விளையாடுவதுண்டு.

அக்குரங்குகளுக்கான மேகன் என்ற தலைவனும் உண்டு. மேகன்தான் அவற்றை வழிநடத்திக் கொண்டிருந்தது. அவ்வாறே மேகனின்

அறிவுரைப்படி எல்லாக் குரங்குகளும் தத்தம் குட்டிகளுடன் சந்தோசமாக அந்தக் காட்டில் வாழ்ந்து வந்தன.

குரங்குகள் வசிக்கும் பகுதியில் ஏராளமான காய்களும், கனிகளும் இருக்கும். சில காலங்களில் அவை குறையும்போது, குட்டிகளுக்கும் தங்களுக்குமான உணவைத் தேடி காட்டின் வேறொரு பகுதிக்கு இடம் பெயரும். அப்பொழுதெல்லாம் மேகன்தான் அனைவருக்கும் வழிகாட்டி அழைத்துச் செல்லும்.

போகிற வழியில் ஏற்படுகிற இடர்ப்பாடுகளை அறிந்து வைத்திருக்கும் மேகன் அதனைப் புத்திசாலித்தனமாகச் சமாளிக்கவும் தெரிந்து வைத்திருக்கும்.

தற்போது அக்குரங்குகள் இருக்கும் பகுதியில் கண்களுக்கு எட்டிய தூரம் வரை மரங்கள்தான் தெரிந்தன. அம்மரங்களில் பழங்கள் நிறைந்து காணப்பட்டன. எல்லாம் பெரும்பெரும் மரங்கள். ஆதலால் அவற்றில் குரங்குகள் வாழ ஏற்றதாய் இருந்தது. மழை நேரங்களில் அவற்றுக்குப் பாதுகாப்பாகவும் இருந்தது.

இப்படியாகக் குரங்குகளின் வாழ்வு போய்க்கொண்டிருந்தது. அதில் கதியும் மதியும்தான் இளம் குரங்குகள். அவை இரவுகளில் தூங்காமல் உச்சிக்கிளைகளைப் பற்றித் தாவி சாகசங்கள் செய்துகொண்டிருக்கும். ஒன்றின் மீது ஒன்றாய் புரண்டு விளையாடி மற்ற குரங்குகளையும் தூங்க விடுவதில்லை.

சில நேரங்களில் விடியும் வரை அவற்றின் விளையாட்டுகள் தொடரும். காலைப்பொழுதில் ஏதோ ஒரு மரக்கிளையில் இரு குரங்குகளும் உட்கார்ந்து அசந்து தூங்கத் தொடங்கிவிடும்.

இது வாடிக்கையாகி விட்ட நிலையில் மேகனிடம் சில குரங்குகள் கதி, மதியைப் பற்றிய குறைகளை முறையிட்டன. “இரவுகளில் எங்கள் குட்டிகள் தூங்கமுடியாமல் தவிக்கின்றன. தூங்கும் நேரத்தில் அவையிரண்டும் சண்டையிட்டுக்கொண்டும், மரக்கிளைகளை ஆட்டிக்கொண்டும், கத்திக்கொண்டும் இருப்பதால் எங்களால் தினமும் சரிவரத் தூங்கமுடிவதில்லை.

இப்பகுதியில் சிறுத்தைகளின் நடமாட்டம் அதிகமாக இருப்பதால் நாங்கள் அவற்றுக்குத் தெரிந்துவிடாமல் கொத்துக் கொத்தான மரக்கிளைகளுக்குள் ஒளிந்துகொண்டுதான் தூங்க முடிகிறது. அப்படியிருக்கும்போது கதியும், மதியும் கொஞ்சம் கூட

அச்சமில்லாமல் அலைந்து திரிந்து கத்திக்கொண்டு இருப்பதால் அது பெரும் ஆபத்தாக மாறிவிடும் என்று தோன்றுகிறது.

நாங்கள் இரண்டொரு முறை நேரிடையாகச் சொல்லியும் அவை கேட்க மறுக்கின்றன. எனவே நீங்கள்தான் அவற்றுக்கு நல்ல புத்திமதிகளைச் சொல்லிக் கண்டிக்கவேண்டும்'' என்றன.

குரங்குகளின் தலைவன் மேகன் சிறிது யோசனைக்குபின் தான் அவற்றைக் கண்டிப்பதாகச் சொன்னது.

பனி பெய்துகொண்டிருந்த ஓர் இரவு நேரத்தில் அந்தச் சப்தம் கேட்டது. மெல்ல விழித்த குரங்குகளின் தலைவன் ஏதோ ஆபத்து வந்துவிட்டதாக நினைத்தது. மற்ற குரங்குகளுக்குத் தகவல் சொல்லி பதுங்கச் சொல்லவேண்டும் என்று நினைத்தது. அது தான் தூங்கிக் கொண்டிருந்த மரத்தின் கிளையிலிருந்து மெல்ல இறங்கியது.

நிலவின் வெளிச்சத்தில் காடு அசையாமல் இருந்தது. அடர்ந்த மரத்தின் கிளைகளின் வழியாய் வெளிச்சம் கசிந்து ஆங்காங்கே திட்டுத் திட்டாகவும், படர்ந்தும் தெரிந்தது. இரவில் காடுகளில் கீழே வருவது பெரும் ஆபத்துகளைத் தரும் என்பது தெரிந்தும், வரவேண்டியதாகிவிட்டதை நினைத்து சற்று கோபம் வந்தது மேகனுக்கு.

தலைமையாய் இருக்கும் நிலையில் அவ்வாறுதான் இருந்தாகவேண்டும். மற்ற எல்லாக் குரங்குகளும் தன்னை நம்பி இருப்பதால் அவற்றைக் காக்கவேண்டிய பொறுப்பும் தேவையும் அதற்கு இருந்தது.

பல நேரங்களில் சிறுத்தைகளும் புலிகளும் இரைகளை இரவு நேரத்தில்தான் தேடத் தொடங்கும். அவற்றுக்கு கண்கள் இரவில் தெள்ளத்தெளிவாக தெரியும். கரடிகள் தேன் கூட்டை தேடுவதும் இரவில்தான்.

யானைக்கூட்டங்களும் இரவு நேரத்தில்தான் வேக நடைபயிலும். செந்நாய்களும் நரிகளும் இரவில்தான் தனக்கான இரையைத் தேடும்.

இருளில் பல வேட்டைகள் காட்டில் நடக்கிறது. மான்களும், மாடுகளும், முயல்களும் இரவு நேரங்களில்தான் அதிகமாக உணவாகின்றன. சிறுத்தைகள் வேகமாக மரம் ஏறக்கூடியவை.

அவற்றால்தான் குரங்குகளுக்கு ஆபத்து வரும். மேகனுக்கு இப்போது சப்தம் தெளிவாகக் கேட்கத் தொடங்கியது. சப்தம் கீழிருந்து வரவில்லை என்பதை சட்டென்று உணர்ந்து கொண்டதும் கைகளால் ஒரு கிளையைப் பற்றி மரத்தில் ஏறியது.

அம்மரக்கிளைகளைப் பிடித்துக்கொண்டே அடுத்த மரத்திற்கு ஒரே தாவலில் அடுத்த மரத்தின் கிளைகளைப் பற்றித் தாவியது. இவ்வாறாக சப்தம் வரும் திசை நோக்கிப் போனது. ஒரு பெரும் கிளைப் பரப்பி நின்ற மரத்திலிருந்துதான் அந்த சப்தம் வந்தது.

பக்கத்து மரத்தின் உச்சிக்குச் சென்றது மேகன். அங்கிருந்து பார்த்தால் நிலவு வெளிச்சத்தில் மரங்களின் கொத்துக் கொத்தான கிளைகள் தெரிந்தன. சற்றுப் பொறுமையாக உட்கார்ந்திருந்தது. அப்பொழுது சட்டென்று தனக்கருகே இருந்த கிளையில் தாவி அடுத்த கிளையைப் பற்றி கதி ஓடியது. பின்னாலேயே மதியும் ஓடியது. இரண்டும் சப்தமிட்டபடி மரத்திற்கு மரம் தாவிக்கொண்டிருந்தது. காடு அதிரும்படியாக "நில்லுங்கள்" என்று கட்டளையிட்டது மேகன்.

அதனை எதிர்பார்த்திராத அந்த இரு குரங்குகளும் அங்கேயே நின்றன. மெல்ல நகர்ந்து மேகன் அவற்றுக்கு அருகில் போனது.

"நீங்கள் இருவரும் இந்த இரவில் என்ன செய்து கொண்டிருக்கிறீர்கள்...?"

"மன்னிக்க வேண்டும். நாங்கள் இப்போது விளையாண்டு கொண்டிருக்கிறோம்..." என்றது கதி.

"நீங்கள் என்ன முட்டாள்களா? இந்த பனி பெய்யும் இரவில் மற்றவர்கள் தூங்கும் நேரத்தில் நீங்கள் இப்படிச் செய்வது நல்லதல்ல... உங்களைப் பற்றிப் புகார்கள் வந்தவண்ணம் இருக்கிறது... நீங்கள் இம்மாதிரியான வேலைகளை நிறுத்துவது நல்லது. உங்களுக்கு நான் இதைக் கடைசியாக எச்சரிக்கிறேன்."

"எங்களுக்கு இரவில் தூக்கம் வருவதில்லை. ஆகவே நாங்களிருவரும் இரவில் விளையாடுகிறோம். இதில் என்ன தவறிருக்கிறது...?"

"இக்காட்டில் நீங்கள் மட்டுமே இருக்கவில்லை...நீங்கள் இப்படிச் செய்வதால் நாம் இருக்கும் இடத்தைச் சில மாமிச மிருகங்களுக்கு காட்டித் தருவதாக அமையும். மேலும் நம் அமைதி குலையும்...இதை நீங்கள் அறிவீர்களா...?"

“நீங்கள் தவறாகப் புரிந்துகொண்டீர்கள் தலைவரே... நாங்கள் இரவு முழுவதும் தூங்காமல் இருப்பதுதான் நம் எல்லோருக்கும் பாதுகாப்பு... யார் இங்கு வந்தாலும் எங்களுக்குத் தெரிந்துவிடும்... கிளைகளுக்குக் கிளை தாவி அவற்றைத் திசை திருப்பி விடுவோம்...”

“உங்கள் இரைச்சலில் யார் தூங்க முடியும்...? ஏன் பிதற்றுகிறீர்கள்... விளையாடுகிறேன் என்கிற பெயரில் மற்றவரின் தூக்கத்தை நீங்கள் கெடுக்கிறீர்கள்...?”

“அப்படியானால் அவர்களையும் வந்து விளையாடச் சொல்லுங்கள்...” என்றது மதியென்ற குரங்கு.

அதைக் கேட்டதும் மூக்கு புடைக்கக் கோபம் வந்தது குரங்குகளின் தலைவனுக்கு. ஏட்டிக்குப் போட்டியாகப் பேசும் அந்த இளம் குரங்குகளிடம் எப்படி விளக்குவது என்பது புரியவில்லை. சிறிது நேரம் யோசித்தது.

“உங்கள் இளமையின் துள்ளலில் எல்லோரையும் பலி கொடுக்கமுடியாது. இதுதான் உங்களுக்குக் கடைசியான வார்த்தை. இதற்கு மேல் நீங்கள் தொந்தரவு செய்ய முற்பட்டால்... நான் மற்றவர்களிடம் பேசி ஒரு முடிவு எடுக்கவேண்டியதிருக்கும்.”

“என்ன முடிவு தலைவரே... அதை இப்போதே சொல்லிவிடுங்கள்... அது எங்களுக்கு ஒத்துப்போகுமா என்பதை நாங்கள் அறிந்துகொள்கிறோம்...” என்றது கதி.

“இந்தக் குழுவை விட்டு நீங்கள் தனியாகப் போக வேண்டியிருக்கும்... உங்கள் இருவரையும் விலக்கிவிட்டு நாங்கள் வேறு இடத்திற்குப் போய்விடுவோம்...”

“அப்படியானால் அப்படியே செய்யுங்கள்... எங்களுக்கு இன்னும் சுதந்திரம் கிடைக்கும்...” என்று அகங்காரமாய் சொன்னது மதி.

அந்தப் பதிலை குரங்குகளின் தலைவன் எதிர்பார்க்கவில்லை. அதற்குமேல் அவர்களிடம் பேசுவது நல்லதல்ல. இளமையின் துடிப்பில் அப்படி எடுத்தெறிந்து பேசுகிறார்கள். அவற்றுக்குப் போதுமான அனுபவம் இல்லாமல் நினைத்தபடி பேசுகிறார்கள். என்று சிந்தித்தவாறு அவர்களை விட்டு நகரத் தொடங்கியது.

காலையில் விடியத் தொடங்கியது. மேகன் எல்லாக் குரங்குகளையும் அழைத்தது. நேற்றிரவு நடந்ததை பற்றிச் சொன்னபோது மற்ற குரங்குகளும் கோபமடைந்தன.

“அவற்றுக்குக் கடுமையான தண்டனை வழங்க வேண்டும்...” என்று குரங்குகள் எல்லாம் ஒன்று போலவே கூறின.

மேகன் தன் கிளையில் உட்கார்ந்திருந்தவாறே யோசித்துவிட்டு அவற்றை அழைத்து வருமாறு கட்டளையிட்டது. ஒரு குரங்கு அதன் உத்தரவைப் பெற்றுத் தாவியோடியது.

சில நிமிடங்கள் கழித்து அழைக்கப்போன குரங்கு குதித்தோடி வந்தது. அதற்குப் பின்னால் அப்போதுதான் தூங்கி எழுந்த மாதிரி கதியும் மதியும் மிகுந்த சோம்பேறித்தனத்துடன் மெல்ல மெல்ல கிளைகளைப் பற்றி வந்தன. அவை முகத்தில் மலர்ச்சியில்லை. அதிலும் மதி மிகவும் கவலை அடைந்ததாய் முகத்தைத் தொங்கப் போட்டுக்கொண்டு வந்தது. அக்குரங்குகள் வருவதை மற்ற குரங்குகளும் குட்டிகளும் ஆர்வத்துடனும், ஆச்சர்யத்துடனும் பார்த்தன.

கதியும் மதியும் ஒரு பருத்த கிளையுள்ள மரத்தில் தாவி அருகருகே உட்கார்ந்து சோம்பல் முறித்துக்கொண்டன. பின்பு மேகனைப் பார்த்தன. அச்சமயம் மேகனுக்கு அவற்றின் மேல் பரிதாபம் வந்தது.

‘இவர்கள் இருவரும் இரவு நடந்த செயலுக்காக வருந்துகிறார்கள் போல. அதனால்தான் மிகவும் அமைதியாக இருக்கிறார்கள். இருவரையும் இந்த முறை மன்னித்து அனுப்பிவிடலாம். அவர்களிருவரும் திருந்த இந்த வாய்ப்பை நாம் அளித்தே ஆக வேண்டும்’ என்று நினைத்தது.

“உங்களிருவரையும் பார்க்கப் பரிதாபமாக இருக்கிறது. உங்கள் முகத்தைப் பார்க்கும்போது இரவு நடந்தவற்றிற்காக வருத்தம் அடைந்தது போல் இருக்கிறது. நீங்கள் மன்னிப்புக் கேட்க விரும்பினால் கேட்கலாம். நாங்கள் எல்லோரும் மன்னிக்க நினைக்கிறோம்.” என்றது மேகன்.

அதனைக்கேட்டதும் அசட்டுச் சிரிப்பொன்றைச் சிரித்தது மதி. சட்டென்று மறு கிளைக்குத் தாவி மீண்டும் பழைய கிளைக்கே வந்து உட்கார்ந்தது.

“இரவு வெகுநேரம் நாங்கள் விளையாடினோம். அதனால் சற்று களைத்துவிட்டோம். மற்றபடி நாங்கள் மன்னிப்புக் கேட்கவேண்டிய அவசியம் இல்லை. நாங்களிருவரும் உங்களுக்குப் பாதுகாப்பாய் இருக்கிறோம். அதனை நீங்கள் புரிந்துகொள்ள

முயற்சி செய்யுங்கள். அதைவிட்டு மன்னிப்புக் கேட்க நாங்களிருவரும் எந்தக் குற்றத்தையும் செய்யவில்லை. எனவே நீங்கள்தான் பரிதாபமானவர்கள். நாங்கள் உங்களை விட்டு வேறொரு பகுதிக்குப் போக முடிவெடுத்துள்ளோம். இனி எங்களுக்குச் சுதந்திரம்தான். நாங்கள் இந்தக் காடு முழுவதும் சுற்றிக்கொண்டிருப்போம்.” என்று சப்தமாகச் சிரித்தது.

அதனைக் கேட்ட மேகனும் மற்ற குரங்குகளும் அதிர்ச்சியடைந்தன. இவ்வளவு துடுக்குத்தனமாக யாரும் இதுவரை மேகனிடத்தில் பேசியதில்லை. அதுவே மேகனுக்கு ஏற்பட்ட அவமானம்தான். ஆனாலும் மேகன் இன்னும் பொறுமையாக மற்ற குரங்களைப் பார்த்தது. அவை ஒன்றும் புரியாமல் விழித்தன. அப்போது மேகன் ஒரு முடிவுக்கு வந்தது.

“உங்களுக்கு யோசிக்க இன்னொரு நாள் அவகாசம் தருகிறேன். யோசித்துவிட்டுச் சொல்லுங்கள்…”

“நாங்கள் இருவரும் நிறையவே யோசித்துவிட்டோம். நாங்கள் எங்கள் வழியைப் பார்த்துக்கொள்கிறோம்… இப்பொழுதே நாங்கள் கிளம்புகிறோம்…” என்று மேகனின் பதிலுக்குக் காத்திராமல் சட்டென்று கிளைகளைப் பற்றித் தாவி இரு குரங்குகளும் நீண்ட தூரம் போனது. கதியும் மதியும் போவதையே மற்ற குரங்குகளும் பார்த்துக்கொண்டேயிருந்தன. எல்லோர் முகமும் இறுக்கமாக இருந்தன.

கதியும் மதியும் அக்காட்டின் பல்வேறு இடங்களைச் சுற்றிவந்தன. எப்போதும் போலவே இரவில் விளையாடுவதும் பகலில் தூங்குவதுமாய் அவை தங்கள் விருப்பம்போல் இருந்தன. அப்போது இலையுதிர்க் காலம் வந்திருந்தது. மரங்கள் வெறுமையாய் இருந்தன. அதனால் கதிக்கும் மதிக்கும் போதுமான உணவு கிடைக்கவில்லை. தங்களுக்கான உணவை அங்கும் இங்கும் தேடி அலைந்தன. தேடி அலைந்ததில் சோர்வுதான் கிடைத்தது. ஆகையால் இரவுகளில் அவற்றால் தாவிக் குதித்து விளையாட முடியவில்லை. கதி தன் தவறை உணரத் தொடங்கியது. அது பற்றி மதியிடமும் முறையிட்டது.

“நாம் கூட்டமாக இருந்தபோது இப்படி இருந்ததில்லை. அதற்குக் காரணம் மேகன்தான். அவருக்கு இந்தக்காடு பற்றிய அறிவு இருந்தது. இந்தச் சமயத்தில் எங்கு உணவிருக்கும் என்று

அவருக்கு தெரிந்திருந்தது. இப்போது நாம் உணவிற்காக அலைகிறோம். எங்கு தேடியும் கிடைக்கவில்லை. அக்கூட்டத்தில் இருந்திருந்தால் இப்படி நாம் அலைய வேண்டியதில்லை.”

“நீ மூடனாகிவிட்டாயா? நாம் சுதந்திரமாக இருக்கத்தானே அக்கூட்டத்தைவிட்டுப் பிரிந்து வந்தோம். இப்போதுதான் நாம் அதிகமான சுதந்திரம் பெற்றுள்ளோம். உணவைத் தேடி அலைந்தால் கிடைக்கப்போகிறது. மேற்குப்பக்கம் போனால் மலையடிவாரம் வந்துவிடும். அங்கு கொஞ்சம் நமக்கான உணவு கிடைத்துவிடும்” என்று நம்பிக்கை அளிப்பது மாதிரி மதி பேசியது.

“இப்போது அந்தப் பக்கம் காற்று அதிகமாக அடிக்கும். நம்மால் இயல்பாக மரங்களில் தாவிப் போக முடியாது.”

“உணவு வேண்டுமானால் அப்படித்தான் போகவேண்டும். வெறும் காற்றுக்கு நாம் பயந்தால் என்ன செய்வது? வா நாம் இப்போதே கிளம்புவோம்” என்றது மதி.

அதனைக் கேட்டதும் கதி அதனை ஆமோதித்தது. இரு குரங்குகளும் பயணப்பட்டன. அப்போது வெயில் காட்டில் நுழையத் தொடங்கியிருந்த நேரம். பெரும் உயரமான மரங்கள் அதன் கிளைகள் எனப் பற்றிப் பற்றி இருவரும் நகர்ந்தனர். சிறிது தூரம் போனதும் ஒரு சிற்றோடை இருந்தது.

இரண்டும் உணவுக்குப் பதிலாகத் தண்ணீரை வயிறு முட்டக் குடித்தன. அப்படியும் அவற்றின் பசி அடங்கவில்லை. திரும்பவும் அவை பயணத்தைத் தொடங்கும்போது காற்று ஆரம்பித்தது. மரங்களும் அதற்குச் சாதகமாய் சாய்ந்தாடியது. குரங்குகளால் அவ்வளவு எளிதாகக் கிளைகளைப் பற்றிப்போக முடியவில்லை. கதிக்குப் பசி அதிகரித்தது. மதிக்கும் அப்படித்தான் என்றாலும் அது கதியிடம் காட்டிக்கொள்ளவில்லை.

அப்போது கதி ஒரு கிளையைப் பற்ற கைகளை நீட்டும்போது காற்றின் வேகத்தால் கிளை வேறு பக்கம் சாய, கதி அந்த உயரமான மரத்திலிருந்து சரிந்து கீழே விழத் தொடங்கியது. மதி பார்த்துக் கொண்டிருந்தபோதே அப்படி நிகழ்ந்துவிட்டது.

மதி நிதானித்துத் திரும்புவதற்குள் கதி பிடிக்கக் கிளைகளற்று மரத்தில் வழுக்கி அடுத்த கிளையில் தாவவும் முடியாமல் அங்கு பட்டு, இங்கு பட்டு கடைசியில் தரையில் தொப்பென்று

விழுந்தது.உடல் முழுக்கச் சிராய்ப்பும் வலியும் இருந்தது. அதனால் மதியின் மேல் கடுங்கோபம் ஏற்பட்டது. என்ன செய்வது? பசி ஒரு பக்கமும், விழுந்த வலி ஒரு பக்கமுமாக இருந்தது கதிக்கு. சட்டென்று தாவி பக்கத்தில் வந்துவிட்ட மதி, கதியின் உடலைத் தடவிவிட்டது. அது ஆறுதல் என்றாலும் பசிதான் பிரதானமாக இருந்தது.

"நாம் என்ன செய்யலாம் மதி...?"

"இன்னும் சிறிது தூரம்தான் உள்ளது. மேற்குப் பக்கம் போய்விடலாம்..." என்ற மதியைச் சிறிது நேரம் பார்த்துவிட்டு கோபத்தில் திரும்பிக் கொண்டது. தன்னிடம் இருந்த சிறு எதிர்ப்பைக் காட்ட அதுதான் வழி என்று நினைத்தது. அதன் கோபத்தைப் புரிந்துகொண்டது மதி. மேலும் அது கதியோடு அனுசரணையோடு பேசியது.

"இப்போதைக்கு ஒரு வழியிருக்கிறது. இந்த இறக்கத்தில் மனிதர்கள் நடமாட்டம் இருக்கும். அங்கே ஒரு சிற்றுண்டி கடை உண்டு. மேலும் அது பல வாகனங்கள் செல்லும் பாதை. எப்போதும் மனிதர்கள் நடமாட்டம் இருக்கும். எந்த மனிதனிடமாவது பழங்கள் இருக்க வாய்ப்புண்டு. அவர்கள் நம்மைப் பார்த்ததும் கருணை கொண்டு அதனை நமக்குத் தருவார்கள்."

"தரவில்லையென்றால்...?"

"தட்டிப் பறிக்கலாம்..."

"என்னது வழிப்பறியா...? நான் மாட்டேன்... மனிதர்கள்தான் வழிப்பறி செய்வார்கள்..." என்று கதி முகத்தைத் திருப்பிக்கொண்டது.

"வேறு வழியில்லை. இப்போது நாம் ஏதாவது செய்துதான் பசியைப் போக்கிக்கொள்ள வேண்டும்... இன்று ஒரு நாள் மட்டும் முயற்சித்துப் பார்ப்போம் கதி..."

கதிக்கு அதிகமான பசி. அதனால் சற்று யோசித்தது. பின்பு சமாதானம் அடைந்து அந்த மலை இறக்கத்தில் இறங்கத்தொடங்கின இரு குரங்குகளும்.

அந்த இடத்தை அடைந்ததும் அவர்களைப் பார்த்த மக்கள் குதூகலம் அடைந்தார்கள். அக்குரங்குகளைக் காட்டிச் சிரித்துக் கொண்டார்கள். சிலர் தங்களிடம் இருந்த பழங்களை எடுத்து நீட்டினார்கள். பழங்கள் மட்டுமல்ல, இன்னும் வெவ்வேறு

தின்பண்டங்களையும் தந்தார்கள். கதியும் மதியும் வயிறார உண்டார்கள். அவற்றின் பசி அடங்கியதும். மரங்களின் கிளைகளில் தாவித் தாவி விளையாடின.

அவற்றைப் பார்த்த சில குழந்தைகள் கைகொட்டிச் சிரித்தார்கள். மதியும் கதியும் மேலும் சில விளையாட்டுகளைச் செய்து காட்டின. பசி அடங்கிய இரு குரங்குளும் அங்கிருந்து போக விருப்பமில்லாமல் அங்கிருக்கும் ஒரு அரச மரத்தில் அன்றைய இரவைக் கழிக்கத் திட்டமிட்டு முடிவெடுத்தன.

அதன்படியே இரவு முழுவதும் அம்மரத்திலேயே விளையாடின. இரண்டுக்கும் அந்த இடம் மிகவும் பிடித்துப் போய்விட்டது.

“இனி நாம் எங்கும் உணவு தேடி அலையத் தேவையில்லை. இங்கு மனிதர்கள் நிறைய பேர் வருகிறார்கள். அவர்கள் கருணையுடன் நமக்கு உணவு தருகிறார்கள். இதுவே நமக்குப்போதும்...” என்ற மதியின் முடிவை கதியும் ஏற்றுக்கொண்டது.

இப்படியே சில காலம் போனது. இரண்டு குரங்குகளும் மனிதர்கள் அளித்த தின்பண்டங்களைச் சுவைத்து அதற்கு அடிமையாகிப் போயின. அவற்றுக்குப் பழங்கள் பிடிக்காமல் போனது. அங்கிருந்த சிற்றுண்டிக்காரரின் இட்லியும் தோசையும் அவற்றுக்குச் சுவையாய் இருந்தன. இரவு வந்தால் அவர் கடையின் முன் பாவமாக நின்றால் இரண்டு இட்லியோ, தோசையோ கொஞ்சம் சட்னியுடன் வைத்துவிடுவார். அதுவும் வழக்கமாகிவிட்டது. ஆனாலும் அந்த வழக்கம் சில காலங்கள்தான் நீடித்தது.

ஒரு மழைக்காலத்தில் அவர்கள் வாழ்வே தடுமாறிப் போனது. நல்ல மழை பெய்த நேரத்தில் அந்த இடம் மண் சரிவு ஏற்பட்டு மிகவும் சேதமானது. அரசமரம் சாய்ந்து விழுந்தது. சிற்றுண்டிக் கடையை காணவில்லை. மண்ணில் புதைந்துவிட்டது. மனிதர்கள் அந்த இடத்தை அடைய முடியாதபடி மண் சரிந்து மூடிவிட்டது.

கதியும் மதியும் அப்படி நடக்கும் என்று நினைத்துகூடப் பார்க்கவில்லை. இரண்டும் வேறொரு சிறிய மரத்தில் உட்கார்ந்து பார்த்தபோது அந்த இடம் இருந்ததற்கான இடமே தெரியவில்லை. மனிதர்கள் யாரும் வராததால் அன்றிலிருந்து இரு குரங்குகளும் பட்டினியோடுதான் இருந்தன. தின்பண்டங்களோ, சுவையான இட்லி பதார்த்தங்களோ இல்லாமல் பட்டினியோடு இருந்தன.

இரண்டுக்கும் காட்டில் உள்ள பழங்கள் மீது பற்றில்லாமல் போனதால் உணவைத் தேடாமல் சோம்பேறிகளாக அங்கேயே சோர்வுற்று அமர்ந்திருந்தன.

பட்டினியோடு நாட்கள் ஓடியதால் அவையிரண்டும் மிகவும் களைத்து உடல் இளைத்துப் போயின. எந்த மனிதர்களும் அந்த இடத்துக்கு வரவேயில்லை.

“நாம் மறுபடியும் காட்டுக்குள் போய் பழங்களைத் தேடித் தின்று உயிர் பிழைக்கலாம்...” என்ற கதியின் அழைப்பை நிராகரித்தது மதி. இன்னும் சில நாட்களில் இந்த இடம் சரியாகிவிடும், மனிதர்கள் வருவார்கள் என்பது போல் பேசியது. ஆனால் அப்படி எதுவும் நடக்கவில்லை. மேலும் பட்டினிதான் இருக்க முடிந்தது. எங்குமே நகர முடியாமல் மிகவும் சோர்வுற்று நலிந்தன.

அப்பொழுது அங்கு மேகனும் மற்ற குரங்குகளும் அவ்வழியாய் வந்தடைந்தன. கதியும், மதியும் அவர்களைப் பார்த்ததும் மகிழ்ச்சியடைந்தன. அவர்களைப் பார்த்ததும் மேகனுக்கும் பழைய கோபம் தீர்ந்திருந்தது.

“இப்போது நீங்கள் சோர்வடைந்து காணப்படுகிறீர்கள். எங்களுடன் மீண்டும் சேர்ந்துகொள்ளுங்கள்... நாம் மேற்கு நோக்கிப் பயணப்படலாம்” என்றது மேகன்.

கதிக்கும் மதிக்கும் மேகன் அப்படிச் சொன்னது மகிழ்வாய் இருந்தது. அந்த இரண்டு குரங்குகளும் மேகனிடம் மன்னிப்புக் கேட்டன. குரங்குகளின் தலைவன் மேகனும் அவற்றை மன்னித்துவிட்டது. அக்குரங்குகளுக்குக் காடு இப்போது பழ வனமாகக் காட்சியளித்தது. அவை யாவும் மரங்களுக்கு மரங்கள் தாவித் தாவி மகிழ்வாய் இருந்தன.

பகுதி 8

நெடுவாய்க்காலைத் தாண்டி ஓட்டமும் நடையுமாக மம்முவும் வளர்பிறையும் நடந்தார்கள். கைகளை கனரக வாகன ஓட்டி போல் வைத்துக்கொண்டு ஓடிக்கொண்டிருந்தான் கனகு. உதடுகளைக் குவித்து காற்றை ஊதிக்கொண்டே ஓடியவனைத் தொடர்ந்த வளர்பிறையின் மனதில் ஒரு பெருமகிழ்ச்சி இருந்தது. வெகுதூரம் பின்னால் சுந்தரி எப்போதும் போலவே தனது நீளப்பாவாடையைக் கணுக்கால் வரை தூக்கிக்கொண்டு சலீமுடன் நடந்து வந்துகொண்டிருந்தாள்.

'கனகு சொல்றது அப்டியே இருந்தா எவ்ளோ அழகாயிருக்கும்...' அம்மாதிரி பார்ப்பதற்குத்தான் பல நேரம் விருப்பத்துடன் இருந்திருக்கிறாள் வளர்பிறை. 'வெளிறிய மயில் நிறம் என்றான். ஒருவேளை, அது இள ஊதாநிறத்தில் இருக்க கூடும்' என்று நினைத்தவாறே தொடர்ந்தாள். வாழைத்தோப்பில் தண்ணீர் புரண்டோடும்

சப்தமும், தண்ணீரோடு கலந்த செம்மண் வாசனையும் வந்தது. கனகின் ஓட்டம் சற்று குறைந்திருந்தது. பாதையை விட்டு சற்று இறக்கத்தில் போன சிறு பாதையொன்று பிரிந்து போனது. அதில் நடந்தார்கள்.

“இப்படித்தான், இந்தா வந்துருச்சி அந்தா வந்திரிச்சின்னு ரொம்ப பீத்துவான்... பாரேன் போய்ட்டேயிருக்கான்... கால் வலிக்குது வளர்...” என்றான் மம்மு.

“நடக்க முடியலன்னா மெதுவா வா மம்மு...” என அவளும் மெதுநடையாய் நடக்கலானாள்.

“இல்லயில்ல... வேகமாப்போவோம்... குருவியெல்லாம் ஓடிப்போச்சின்னா என்ன பண்றது... நீதான் பாத்ததில்லையே நானாவது பாத்திருக்கேன்... எங்க வீட்டு மரத்துல...”

அந்தப் பக்கம் ஒரு பழைய கோவில் இருக்கும். அதனை ஒட்டி சிறு குளமும் அதில் சிறுக தண்ணீரும் இருக்கும். அந்தக் குளத்தை யாரும் பயன்படுத்துவதில்லை என்றாலும் ஆடுகளும், மாடுகளும், குருவிகளும் அதனைப் பயன்படுத்திக்கொண்டன. ஆடு மேய்ப்பவர்கள் சில நேரம் கோவிலை ஒட்டி உட்கார்ந்திருப்பார்கள். குளத்தின் அந்தக் கரையில் சில மரங்கள் உயரமாய் வளர்ந்திருக்கும்.

அந்தப் பக்கம்தான் ஓடினான் கனகு. நான்கைந்து மரங்களுக்கு அருகில் கொஞ்சம் வளைசலாய் படர்ந்திருந்தது மரம். கறுப்புப் பட்டைகளால் அலங்கரித்ததுபோல் நின்றிருந்தது.

மரத்திற்கருகில் எல்லோரும் வந்தாயிற்று. மம்மு மரத்தை அண்ணாந்து பார்த்தான். வளர்பிறை மரத்தைத் தொட்டாள். பல விரிசல்களுடன் சிறு சிறு பட்டைகளால் போர்த்தப்பட்டிருந்தது.

“இந்த மரந்தானா...?”

“ஆமா... த்தோ அங்கயிருக்கு பாரு... கைகளின் சுட்டுவிரலால் நகர்த்திக்கொண்டே ஒரு பெரும் கிளையைக் காண்பித்தான் கனகு. வளர்பிறை பார்த்துவிட்டாள். அதனைப் பார்த்தவுடன் சந்தோசம் நிரம்பி வழிந்தவளாய் புன்னகைத்தாள். எல்லோருமே அதனை பார்த்து விட்டார்கள். மம்மு ஆர்வத்துடன் அதனையே எட்டி எட்டிப் பார்த்துக்கொண்டிருந்தான்.

“இப்போ அதுக்குள்ள குஞ்சியிருக்கா...? நீ பாத்தியா...?” என்றான் சலீம்.

“இப்போதான்டா பாத்தேன்... நாலு குஞ்சி...மிச்சம் இன்னும் மூணு முட்டை...”

“என்ன கலரு...?” மம்மு குறுக்கிட்டான்.

“ஒங்கலருதான்...”

“செவப்பா...”

“அட்டக்கறுப்பு...” சலீம் சிரித்துவிட்டு மரத்தைப் பற்றி ஏறத் தொடங்கினான். சட்டென்று கனகு அவனைப் பற்றி இழுத்தான்.

“இப்போ ஏறாதே சலீமு... நான் பாத்துட்டு வர்றேன்...”

சட்டென்று கனகு குளக்கரைக்குப் போய்ப் பார்த்தான். அங்கிருந்து வலப்பக்கமாய் திரும்பி கொஞ்ச தூரம் ஓடி மற்றொரு மரத்தை அண்ணாந்து பார்த்தான். சில காக்கைகள் சப்தமும் ஒரு ஆள்காட்டிக் குருவியின் சப்தமும் தவிர ஒன்றுமில்லை. பட்டாம்பூச்சி ஒன்று அவர்கள் அருகே பறந்து பின்பு சட்டென்று உயரமாகப் பறந்து கனகு காண்பித்த கூட்டருகே போய் வட்ட மடித்து வேறு பக்கம் பறந்தது.

கோவிலுக்கு அருகில் சில ஆடுகள் மேய்ந்து கொண்டிருந்தன. கனகு மறுபடியும் அந்த மரத்தின் அருகே வந்து நின்றான். மிக நிதானித்து கால்களை மரத்தின் மீது வைத்து கைகளால் பற்றியபடி எந்த சப்தமும் ஏற்படதாவறு மெல்ல சிறு கிளையைப் பற்றி ஏறினான். பாதி ஏறும்போதே கீழே திரும்பிப் பார்த்து தலையை ஆட்டி சப்தமிடாதீர்கள் என்பது மாதிரி பார்த்தான். மறுபடியும் ஏறினான்.

மரத்தின் மேலிருந்த கூட்டை அவன் அடைவதற்குள் வளர்பிறை ஆர்வத்தின் உச்சிக்கே போய்விட்டாள். அவள் முகம் மலர்ந்திருந்தது. எல்லோருமே ஆர்வ மிகுதியால் நிறைந்திருந்தார்கள். பக்கவாட்டில் திரும்பியிருந்த ஒரு பெருங்கிளையின் மேல் அந்தக்கூடு இருந்தது.

அக்கூட்டில் இப்போது முட்டைக்கூடுகள் எதுவும் இல்லை. ஆனால் குஞ்சுகள் இருந்தது. அவற்றின் நிறம் கனகுக்குச் சரிவர புரியவில்லை. சற்று வெளிர் ஊதா கலந்த பச்சை, இடையிடையே மினுமினுப்பான மஞ்சள்.

அந்த ஐந்து குஞ்சுகளும் ஒன்றின் மேல் ஒன்றாய் ஒட்டித் தூங்கிக்கொண்டிருந்தன. இதமான காற்று கூட்டில் நுழைந்து வெளியேறிக்கொண்டிருந்தது. அவை ஒரு வேளை நல்ல பசியில்

தூங்கிக்கொண்டிருக்கலாம். தாய்க்குருவி அவற்றுக்காக உணவு எடுக்கப் போயிருக்கலாம்.

கனகு மறுமுறையும் சுற்றும்முற்றும் பார்த்தான். அதன் தாய்க்குருவி தென்படவில்லை. சப்தமிடாமல் கீழிறங்கினான். இறங்கியவுடன் வளர்பிறை ஆர்வத்துடன் கேட்டாள்.

“அங்கதான் இருக்கா...?..” ‘ஆமாம்’ என்பதுபோல் புன்னகையுடன் தலையாட்டினான். அவன் கண்கள் மிகவும் ஆச்சர்யமடைந்திருந்தன. அவன் மேலே பார்த்தபடியே இருந்தான்.

“எத்தனையிருக்கு கனகு...?” மம்மு மேலே பார்த்தவாறு கேட்டான். கனகு அதற்குப் பதில் சொல்லவில்லை. மம்மு கனகை பார்த்துவிட்டு மீண்டும் மேலே பார்த்தவாறு விரல்களை நீட்டினான்.

“மூணா...? நாலா...?அஞ்சா...?”

இப்போது கனகு ஐந்து விரல்களையும் விரித்துக் காட்டினான். அதனைப் பார்த்த மம்முவிற்கு ஆச்சர்யம். கைதட்டிக்கொண்டான்.

“நான் போய் பாக்கட்டா...? என்ன பண்ணுது...? தூங்குதா...?” என்றான் சலீம். இப்போது அவன் மரத்தைப் பிடித்துக்கொண்டிருந்தான்.

“டேய், நீதான் நல்ல ஏறுவீல்ல... இரு வளர்பிறை பாக்கணும்னுது... அதுக்கு ஏறத் தெரியாது. நீ கீழே இரு நான் மேலே போய் கைய பிடிச்சிக்குறேன். நீயும் சுந்தரியும் கீழேயிருந்து தூக்கிவிடுங்க... வளர்பிறை பாத்ததும் சுந்தரி அப்புறமா நீயும் மம்முவும் பாக்கலாம்...” திட்டத்தைச் சட்டென்று சொல்லி முடித்தான் கனகு. திட்டத்தை சலீமால் முழுவதுமாக ஏற்றுக்கொள்ள முடியவில்லை.

“வளருக்கு அப்பறம் நான் ஏறிப் பாக்குறேன்... அப்புறம் சுந்தரி பாக்கட்டும்...” என்றான் சலீம்.

“இருக்கட்டும்... குஞ்செல்லாம் தூங்கறப்பயே பாக்கணும்... நீ பேசிட்டேயிருந்தா கத்த ஆரம்பிச்சுரும்...” என்று சொல்லிவிட்டு மரத்தின் மேல் ஏற ஆரம்பித்தான். அப்போது தாய்க்குருவியின் சப்தம் ‘கீல்.... கீல்...’ என்று கேட்கத் தொடங்கியது. சட்டென்று கனகு கீழே குதித்தான்.

“எல்லாம் ஒளிஞ்சுக்கோங்க... சத்தம் போடாதீங்க...” என்றவாறு அவன் ஒரு மரத்துக்குப் பின்னால் போய் மறைந்தான். மம்முவும் சலீமும் குளத்தின் கரைக்கே ஓடிவிட்டார்கள். சுந்தரியும்,

வளர்பிறையும் மற்றொரு மரத்தின் மறைவில் நின்று கொண்டார்கள். குருவி வட்டமடித்துவிட்டு கூடு இருக்கும் மரத்தில் அமர்ந்து சப்தமிட்டது. பின்னர் மெல்ல கூட்டருகே சென்றது. தாய்க்குருவியின் சப்தத்தில் விழித்துக்கொண்ட குஞ்சுகள் கத்த ஆரம்பித்தன.

அதன் வெண்ணிற அலகுகள் கூட்டைவிட்டு வெளியே தெரிந்தன. அவை சுந்தரிக்கும் வளர்பிறைக்கும் நன்றாகவே தெரிந்தன. ‘வீச்... வீச்’சென்ற அதன் சப்தத்தில் மரம் அதிர்ந்தது.

தாய்க்குருவி அவற்றுக்கு உணவை ஊட்டத் தொடங்கியது. சில குஞ்சுகள் இடைவிடாது கத்தின. அவை பசி பொருக்க மாட்டாமல் கத்துகின்றன என்று வளர்பிறை நினைத்துக்கொண்டாள். தாய்க்குருவி மற்றொரு கிளைக்குத் தாவி நின்று கத்தியது. குஞ்சுகளும் கத்தின. சில காக்கைகள் பறந்து போனது. தாய்க்குருவி இப்போது கூட்டைச் சுற்றி இரண்டு முறை வட்டமடித்து உட்கார்ந்து கத்தியது. சில நிமிடங்கள் அவ்வாறே நடந்தது. வளர்பிறை மெல்ல கூட்டையும் குருவியையும் பார்த்தாள். சுந்தரியும் எட்டிப் பார்த்தாள்.

நல்ல மினுமினுப்பான வண்ணத்தில் மரத்தில் அது ஜொலித்தது. காக்கைகள் அதன் சப்தத்தில் வெகுதூரத்திற்குப் போய்விட்டன. இப்போது குஞ்சுகளின் சப்தம் நின்றுவிட்டது. தாய்க்குருவி மீண்டும் ஒரு முறை வேறு ஒரு கிளைக்குத் தாவி உட்கார்ந்து சுற்றும்முற்றும் பார்த்துவிட்டுப் பறந்தது. அதன் கண்கள் பளபளவென்றிருந்தது. மேலும் கீழும் எளிதாக கண்களை உருட்டியது. அதனை வளர்பிறை ஒளிந்திருந்து பார்த்தாள். அவளை அது பார்த்திருக்க முடியும், அல்லது பார்த்திருக்கக் கூடும்.

கனகு மரத்தினடியே வந்திருந்தான். அவனைப் பார்த்ததும் வளர்பிறையும் சுந்தரியும் மரத்தின் மறைவிலிருந்து வந்தார்கள். சலீமும், மம்முவும் ஓடிவந்தார்கள்.

“திரும்ப அது வருமா கனகு...? நம்மல அது பாத்திருக்கும்...?”

“பாத்திருந்தா ஒடனே மறுபடியும் வரும்... பாக்கலன்னா சாப்பாடு எடுத்துட்டுதான் வரும்... நாம இங்கயே கொஞ்ச நேரம் நிக்கலாம்... மம்மு நீ மனசுக்குள்ளேயே ஒண்ணு ரெண்டு எண்ணு அம்பது வந்ததும் சொல்லு... நான் அந்த மரத்துப்பக்கம் போய் பாத்துட்டு வர்றேன்...” என்று விட்டு கனகு வேகமாக ஓடினான்.

மம்மு விரல்களை விட்டு ஒன்னு ரெண்டு என்று எண்ணத் தொடங்கினான். அப்போது அவனது கண்களை

மூடிக்கொண்டிருந்தான். வளர்பிறை மரத்தின் மீதிருந்த கூட்டைப் பார்த்தாள். ஒரு குஞ்சுக்குருவி எட்டிப் பார்த்து திரும்பத் தலையை உள்ளிழுத்துக்கொண்டது. ஆனால், அது சப்தம் எழுப்பவில்லை.

“நான் ஏறிப் பார்க்கட்டா...?” என்றான் சலீம்.

“அவசரப்பாடாதே! இப்பயும் குருவி வந்திச்சின்னா ஓடி ஒளியணும்...”என்றாள் சுந்தரி. அதற்குள் சலீம் வந்துவிட்டான். சுற்றிப் பார்த்துவிட்டு ‘சப்தமிடாதீர்கள்’ என்பது மாதிரி சைகை காண்பித்தான்.

“மம்மு அம்பது எண்ணிட்டியா...?”

“இல்ல...முப்பத்தியெட்டு...” விரல்களைப் பார்த்துக் கொண்டான். மறந்துவிட்டது போல் தலையைச் சொறிந்துவிட்டு திரும்பவும் கைகளை விட்டு எண்ணினான்.

“ஒண்ணும் எண்ண வேணாம்... நீ நிறுத்திக்கோ...” என்று சிரித்துக்கொண்டே சொன்னான் கனகு. தூரத்தில் காக்கைகளின் சப்தம் கேட்டது. தனது அரைக்கால் டிராயரை மேலே இழுத்து விட்டுக்கொண்டான் கனகு. மரத்தைப் பற்றி ஏறத் தொடங்கினான். வசதியாய் ஒரு பக்கத்து கிளையில் அமர்ந்துகொண்டான்.

“வளர், சீக்கிரம் வா... இந்தப் பக்கமா பிடிச்சிக்க... சலீம்... வளரோட கால் பக்கமா நில்லு... சுந்தரி நீ வளர தூக்கிவிடு.... சீக்கிரம் வாங்க குருவி வர்றதுக்குள்ள பாத்துட்டு இறங்கிறணும்...”

மரத்தைப் பற்றி நின்ற வளருக்கு கால்கள் உதறத் தொடங்கியது. ஏறிவிடமுடியுமா என்ற சந்தேகம் வந்தது. சலீமின் தோளைப் பற்றி இன்னொரு கையால் ஒரு சிறு கிளையைப் பற்றிவிட்டாள். இப்பொழுது மறு கையை எடுத்து மரத்தைப் பற்றியதும், சுந்தரி அவளைத் தூக்கிவிட்டாள். இப்பொழுது கனகு அவள் கையைப் பற்றிக்கொண்டான். மிக இறுக்கமாகப் பிடித்துக்கொண்டாள் வளர். கால்களை அழுத்தி மற்றொரு கையால் கிளையைப் பற்றிவிட்டாள்.

“வளர் நல்லா பிடிச்சிக்கோ... அவ்ளோதான் ...ஏறு... ஏறு...” என்று கத்திக்கொண்டிருந்தாள் சுந்தரி.

மம்மு ஆச்சர்யமும் பயமுமாய் வளர் ஏறுவதைப் பார்த்துக் கொண்டிருந்தான். சலீம் வளர் விழுந்துவிடுவாளோ என்று கைகளை விரித்து நின்றிருந்தான். கனகின் கைகளைப் பற்றி சற்று மேலே ஏறி மரத்தைக் கட்டிக்கொண்டாள். மெது மெதுவாய்

கட்டிக்கொண்டே நகர்ந்தாள். மற்றுமொரு கிளையில் கனகு உட்கார்ந்துகொண்டே வளரின் கையைப் பற்றியிருந்தான். மம்மு எல்லாப் பக்கமும் சுற்றிப் பார்த்துக்கொண்டான்.

"இதப் பிடிச்சிக்க, மெல்ல நகரு... கால மெதுவா நகத்து இன்னும் கொஞ்சந்தான்... அவ்ளோதான்..."

வளருக்கு முற்றிலும் அதிசயமாயிருந்தது. முகம் முழுவதும் பயம் அப்பிக் கிடந்தது. அதனைத் தாண்டி மனதில் மகிழ்ச்சி பொங்கியது. இன்னும் சில நொடிகளில் குருவிக்குஞ்சுகளைப் பார்த்துவிடலாம். மரத்தை இரு கைகளாலும் பற்றி சற்று முன்னேறினாள்.

நார்களாலும் சிறு மரக்குச்சிகளாலும் நெய்யப்பட்ட அக்கூட்டின் அருகில் வந்துவிட்டாள். சிறு துவாரம் போல் ஒரு வழி அக்கூட்டில் இருந்தது. அதற்குள்தான் குஞ்சுகள் இருந்தன. தலையைத் தூக்கி எட்டிப் பார்த்தாள்.

அற்புதம்! ஐந்து குஞ்சுகளையும் பார்த்துவிட்டாள். இரண்டு மூன்று குஞ்சுகள் கண்களை மூடியிருந்தன. அதில் ஒன்று வேறு பக்கம் திரும்பித் தாய்க்குருவியின் வருகையை எதிர்பார்த்திருந்தது. மற்றொன்று வளர்பிறையைப் பார்த்தது. மிகச் சிறிய, அழகான குட்டிக்கண்கள். வெளிர் மஞ்சள் வளையத்தின் நடுவில் பழுப்பும், கறுப்பும் கலந்தது மாதிரி மின்னிச் சுழன்றன. வளர்பிறைக்குச் சந்தோசம் பீறிட்டது. கண்கள் விரிய அவற்றைப் பார்த்தாள். கைக்கு அருகில் மிக மிருதுவான குட்டி இறகுகளைக் கொண்ட குஞ்சுகள். தொடலாமா...? என்று தோன்றியது. ஆனால் அவள் தொடவில்லை.

அவளைப் பார்த்துக்கொண்டிருந்த குட்டிக்குஞ்சு சட்டென்று 'வீல்...' என்று ஒற்றைச் சப்தம் செய்தது. அவ்வளவுதான் எல்லாக் குஞ்சுகளும் சட்டென்று விழித்துக்கொண்டன. தன் குட்டி இறகுகளைச் சின்னதாய் அடித்துக்கொண்டன. எல்லாக் குஞ்சுகளும் கத்தத் தொடங்கின. தலையை அந்தப் பக்கம் இந்தப் பக்கமுமாய் திருப்பித் திருப்பிக் கத்தியன.

"ஏய்... ஏய்... ஏன்? கத்தறே...சத்தம் போடாதே... நான் உன்ன ஒண்ணும் பண்ணமாட்டேன்..." என்று சமாதானம் பேசிப் பார்த்தாள் வளர்பிறை.

"பொற என்ன பண்ற... கீழ எறங்கு... குருவி வந்துரும்..." என்று அவசரத்துடன் கத்தினான் சலீம்.

“வளர்... மெதுவா கீழே எறங்கிரு... எல்லாரும் பாக்கணும்ல... இந்தப் பக்கமா என் கையப் புடிச்சிக்கோ...சலீம் வேற கத்துறான்... பெரிய குருவி வந்துரும்... அது வந்தா இன்னும் கத்தும்...” கனகு மறுகிளையில் இருந்தவாறு சொன்னான்.

“வளரப் பாத்து பயந்துருச்சி...” உயரப் பார்த்தவாறே சுந்தரியிடம் வருத்தப்பட்டான் மம்மு.

“உன்னப்பாத்தா சிரிக்குமா...? இப்ப எதுக்கு கத்துதுன்னு தெரியல... பசிக்கும்போல...”

வளர்பிறை கத்திக்கொண்டிருந்த குஞ்சுகளைப் பார்த்து ஒரு மென்மையான புன்னகையுடன்... கீழ்ப் பக்கமாய் கால்களை நகர்த்தி இரண்டு கைகளாலும் மரத்தைப் பற்றிக் கீழே இறங்க முயற்சித்தாள்.

“பாத்து என் கையப் புடிச்சிக்க...மெதுவா எறங்கு...” என்று கைகளை நீட்டி நின்றான் கனகு.

வளர்பிறை கைகளை இறுகப் பற்றியவாறே கொஞ்சம் கீழிறிங்கினாள். குஞ்சுகள் தொடர்ந்து கத்திக் கொண்டேயிருந்தன. சலீமும் கீழேயிருந்து கத்திக்கொண்டிருந்தான். கால்களில் தட்டுப் பட்ட ஒரு சிறு கிளையில் கால் வைத்தாள். அப்போதுதான் அந்த விபரீதம் நடந்தது. அந்தச் சிறு கிளை சட்டென்று ஒடிந்தது. வளர் சட்டென்று தடுமாறிச் சிறிது தூரம் வழுக்கியதால் மரத்தின் பட்டை கைகளைச் சிராய்க்க கைகளை உதற முனைந்தாள். அப்பொழுது சட்டென்று கீழே விழுந்தாள்.

சுந்தரியும் மம்முவும் ஓடி வந்து அவளைத் தூக்கினார்கள். சலீம் அவள் கைகளைப் பிடித்துக்கொண்டான். அந்த வேகத்திலேயே கனகு மரத்திலிருந்து சட்டென்று இறங்கி ஓடி வந்தான்.

“என்னாச்சு வளர்? எழுந்திரு... அடிபட்ருச்சா... நான்தான் அப்பவே சொன்னேன்ல என் கைய புடிச்சிக்கன்னு... எழுந்திரு... என்றவாறு அவளை நால்வரும் சேர்ந்து தூக்க முற்பட்டனர். அவளால் எழுந்திருக்க முடியவில்லை. இடதுகாலின் கணுக்காலுக்குக் கீழே வலித்தது.

“கால் வலிக்குது சுந்தரி... எந்திரிக்க முடியல...”

சுந்தரி இடது காலைப் பார்த்தாள். சிராய்ப்பும் இல்லை, காயமும் இல்லை. சட்டென்று அவளை அணைத்தவாறு தூக்கினாள். ஒரு காலை ஊன்றி மெல்ல எழுந்தாள் வளர்பிறை.

“கால உதறு... என்னப்புடிச்சிக்க... ஒரு கால ஊன்றி அந்தக் கால உதறு...” கனகும் அவளைப் பிடித்துக்கொண்டான். கனகைப் பிடித்துக்கொண்டு எழுந்துவிட்டாள். இடதுகாலில் எந்த இடத்தில் என்று தெரியாமலேயே வலித்தது. கனகு சொன்ன மாதிரி வலது காலை ஊன்றி இடதுகாலை அசைத்தாள். சட்டென்று உதறினாள். வலி போனது மாதிரி இருந்தது. ஆனாலும் மீண்டும் பாதத்திற்கு மேல் வலி இருந்தது.

மீண்டும் உதற முடியுமாவென்று தெரியவில்லை. கனகின் கையை இறுகப் பிடித்துக்கொண்டு கால்களை ஊன்றினாள். அவளால் முடியவில்லை. அப்பொழுது சலீம் அவளது கால்களுக்கடியில் உட்கார்ந்துகொண்டான்.

“வளர்பொற கால நீட்டு...”

காலை அவனிடத்தில் நீட்டினாள். கணுக்காலைத் தொட்டு அங்கிருந்து இரு கைகளாலும் மெல்லக் கீழிறக்கமாக அழுத்தி இழுத்தான். வளருக்கு அது இதமாக இருந்தது. ஓரிடத்தில் வலியிருந்தது. அந்த இடத்தில் தொடும்பொழுது வளர், “அம்மா”... என்று கத்தினாள்.

“இது சுளுக்குதான்... சரியாயிரும். காலை நல்லா உதறு...” என்று கூறியவாறு மீண்டும் கால்களை அவனது இருகைகளாலும் நீவி விட்டான்.

“இப்போ கால ஊனி நட...” என்று எழுந்து கொண்டான் சலீம். சுந்தரியைப் பிடித்துக்கொண்டு காலை ஊன்ற, கொஞ்சமாய் வலி இருந்தது. ஆனால், நடக்க முடிந்தது. அப்பொழுதான் அம்மாவின் ஞாபகம் வந்தது வளருக்கு. என்ன சொல்வது? என்ற யோசனை செய்யத் தொடங்கினாள். சுந்தரியுடன் தாங்கித் தாங்கி நடக்கத் தொடங்கினாள். கனகு இடப்புறமும் சுந்தரி வலப்புறமும் பிடித்துக்கொண்டே நடந்தார்கள்.

மரத்தின் மேலே இப்போது குருவி வந்திருந்தது. அது குஞ்சுகளுக்கு உணவளித்துக்கொண்டிருந்தது. வளர்பிறையும் நண்பர்களும் அந்த இடம் விட்டு மெதுவாக வெகுதூரம் வந்துவிட்டார்கள்.

குஞ்சுகளின் சப்தம் அப்போது கேட்கவில்லை. நீண்ட ஒலியோடு ஒரு குருவியின் சப்தம் மட்டும் கேட்டுக்கொண்டேயிருந்தது.

பகுதி 9

அன்றைய பொழுதின் முடிவில் அம்மா எண்ணெய் தேய்த்துக் கால்களை நன்றாக நீவி விட்ட பிறகு வளர்பிறைக்குப் பெரும் வலி குறைந்திருந்தது. இதமான இரவுக் குளிர் காற்றில் வீட்டிற்கு வெளியே சாதம் பிசைந்து அப்பாதான் ஊட்டிவிட்டார். மரத்தில் ஏறிக் குருவிகளைப் பார்த்த வியப்புக்குரிய அந்தச் சந்தர்ப்பத்தை அப்பாவிடம் சொல்லிக்கொண்டிருந்தாள்.

அவள் அப்பாவும் சில குறுக்குக் கேள்விகளைக் கேட்டவாறே வளர்பிறை சொன்ன பறவைக் குஞ்சுகளைப் பார்த்த அனுபவத்தை கேட்டுக் கொண்டார். அம்மா சற்றே கோபத்துடன் வாசலில் அவர்களின் படுக்கையை விரித்துக் கொண்டிருந்தாள்.

“இந்த வயசில உன்ன யாரு மரம் ஏறச்சொன்னா…?அந்தப் பசங்களோட சேர்ந்து சுத்த கிளம்பிட்ட… கால் ஒடைஞ்சிருந்தா என்ன பண்றது சொல்லு பாப்போம்…”

“ஏம்மா காலு உடையுது…?”

“மரத்திலிருந்து விழுந்தா காலு உடையத்தான் செய்யும்… உடைஞ்சா லெச்சக்கணக்குல செலவாகும்… யாரு வச்சிருக்கா…?”

“லெச்சக்கணக்கா செலவாகுமா? அம்மா…”

“ஆமா… இப்பெல்லாம் காலு ஒடைஞ்சா லெச்சக் கணக்குலதான் ஆகுதாம்… ஆப்பரேசன் பண்ணணும்… கம்பி வக்கணும்… நடக்க ஒரு மாசமாகும்… நொண்டியடிக்க வேண்டியதுதான்…”

“கம்பியா வப்பாங்க காலுக்குள்ள…? கம்பி குத்தாதாம்மா…”

“அப்டித்தான் சொல்றாங்க… அப்பதான் எலும்பு சேருமாம்… பட்டாளத்து மாமாக்கு கால் ஒடைஞ்சப்போ அப்படித்தான் கம்பி வச்சிருக்காங்க…மூணு லெட்சமாச்சாம்…”

அப்பா குறுக்கிட்டுப்பேசினார்.

“அப்படியெல்லாம் ஒண்ணுமில்ல…நாட்டு வைத்தியர் கிட்ட போனா எல்லாம் சரியாப்போகும்… நாலு மாசத்திலே நல்லா நடக்கலாம். கம்பியுமில்ல… தம்பியுமில்ல…”

“எந்த நாட்டு வைத்தியர்ப்பா…?”

“நம்ம நாட்டு வைத்தியர்தான்மா…”

“அப்டின்னா ஆஸ்பத்திரில டாக்டர்னு சொல்லுவாங்களே அவங்கள்லாம் நம்ம நாட்டு வைத்தியர் இல்லையாப்பா…?”

“வேற நாட்டு வைத்தியம் கத்துக் கிட்டவங்க… டாக்டர்ங்கிறது கௌரவம்… படிப்பு…”

“அப்பறம் ஏம்பா காலு ஒடைஞ்சா கம்பி வைக்கிறாங்க…?”

“அதெல்லாம் பெரிய படிப்புடி. சும்மாவா லெட்சம் லெச்சமா சம்பாதிக்கிற படிப்பு…” என்றாள் வளர்பிறையின் அம்மா.

அப்பா சாப்பாடு ஊட்டி முடித்திருந்தார். வளர்பிறை சற்று யோசித்தவாறு இருந்தாள். பின்பு சட்டென்று அப்பாவிடம் திரும்பி, “அப்போ அந்தக் குருவிக்குஞ்சு மரத்திலிருந்து கீழே

விழுந்தா அதுக்கும் கால் உடைஞ்சிருமாப்பா... அதுக்கு டாக்டர் கம்பி வப்பாராப்பா...?"

அதனைக் கேட்டதும் வளர்பிறையின் அம்மாவும், அப்பாவும் சேர்ந்து சிரித்தார்கள். பதிலளிக்கவில்லை.

இரவு நேரம் கூடிக்கொண்டிருந்தது. அம்மா அவளை பாயில் படுக்கவைத்துப் பக்கத்தில் படுத்துக்கொண்டாள். வளர்பிறைக்குச் சற்றுத் தள்ளி மற்றுமொரு பாயில் அப்பா படுத்துக்கொண்டார். வளர்பிறை கால்களை நீட்ட முயற்சித்தாள். வலித்தது. சற்று மெதுவாய் மடக்கியவாறே அண்ணாந்து படுத்துக்கொண்டாள்.

விரிந்த வானமும் திரண்டிருந்த குட்டி மேகங்களும், வெளிரிய நிலாவும் அந்த இருளை நிரப்பிக் கிடந்தன. ஒரு முயல்குட்டி போன்ற மேகம் நிலவைத் தொட்டு ஓடியது. அதனைத் துரத்திக்கொண்டிருந்தது கரடி மேகம். அது கரடி மேகம்தான் என்று புரிவதற்குள் நாய் மேகமாய் மாறித் துரத்தியது முயல்குட்டி மேகத்தை. யானை மேகங்கள் சில குட்டி நட்சத்திரக் கூட்டங்களுக்குள் நின்று கொண்டிருந்தன. அவை ஆமைகள் வேகத்திலேயே நகர்ந்தன.

அகல விரிந்த வளர்பிறையின் கண்களில் வானம் நிரம்பவில்லை. முடிந்தவரைத் தலையைத் திருப்பித் திருப்பிப் பார்த்தாள். யாரோ குட்டிக் குட்டி நட்சத்திரங்களைக்கொண்டு சில புள்ளி ஓவியங்களை வரைந்தது வைத்திருந்தார்கள் என்று புரிந்தது அவளுக்கு.

நெளிந்துபோன வெள்ளித் தட்டுப்போல நிலா மேகங்களோடு ஓடுவதாய் அவள் பார்த்தாள். சற்று உற்று நிறுத்திப் பார்த்தாள். நிலா அங்கேயேதான் இருந்தது அசைவற்று. சில கொழுத்த மேகங்கள் நிலாவைச் சற்று மறைத்ததும் இருள் போர்வை பூமியைப் போர்த்தியது. அந்த இருளுக்கு நட்சத்திரங்கள் போதுமானதாகத்தான் இருந்தன. நட்சத்திரங்களுக்குள் இருந்து அன்றைக்குக் கனவில் வந்த வெண்ணிறக் குதிரை தரையிறங்கப் போவதாய் அவள் மனதில் தோன்ற, மேகங்கள் விலகப் பளிச்சென்ற ஒளிச்சிதறல் அவ்வாறே உணர்ந்தாள்.

எத்தனை அற்புதமான வானம். பெரும் நட்சத்திரக் கூட்டங்களைத் தாங்கி நிற்பதன் காரணம் என்னவென்று அவளுக்கு

புரிந்திருக்கவில்லை.ஆனால் அந்தக்காட்சி மனதை வருடும் மயிலிறகு போல இருந்தது.

அப்போது மீண்டும் குதிரையின் ஞாபகம் வந்தது. ஒருவேளை இப்போது அந்த வெண்ணிறக் குதிரை வந்து நின்றால், அவளால் சட்டென்று எழுந்து போகமுடியாது. காலில் இருக்கிற வலியோடு அக்குதிரைப் பயணம் இலகுவாய் அமையாது. இனிமை இல்லாத பயணமாகத்தான் அமையும். அதோடு கூட மம்முவும் சுந்தரியும் கனகும் சலீமும் இல்லாத பயணம் அவளுக்குப் பிடிக்கவில்லை.

அக்குதிரை அப்போதே அங்கு வந்துவிட்டால் அதனைத் தயை கூர்ந்து மன்னிக்கும்படி கேட்டுவிடலாம். மற்றொரு நாள் வரச் செய்யலாம் என்று அவள் ஒரு சமாதானப் புன்னகையைச் செய்துகொண்டாள். அப்போது வானத்தில் கலைந்து கிடந்த நட்சத்திரங்கள் ஒன்று கூடியது. அவையாவும் சேர்ந்து தீப்பிழம்பாய் ஒளி பாய்ச்சிக் கலைந்து, பின்னர் சிதறி ஒரு பேரழகான வெண்குதிரையாய் உருமாறியது. கால் தூக்கிக் கனைத்தது. அவ்வொலி இருளெங்கும் பரவி விரிந்து பூமி நடுக்கமுற்றது. வளர்பிறை வெகுநேரத்திற்கு முன்னே தூங்கிவிட்டிருந்தாள்.

வளர்பிறையால் வழக்கமாக நடப்பதுபோல் நடக்கமுடிவில்லை. அவளால் காலையில் பள்ளிக்குக் செல்ல முடியவில்லை. அம்மா வேலைக்கு கிளம்பியிருந்தாள். இளம் வெயில் வீட்டிற்குள் புகுந்திருந்தது. அவளுக்குத் தலையை வாரிவிட்டு அம்மா போன பின் அவள் தனியேதான் வீட்டில் இருந்தாள்.

சுந்தரியை வரச்சொல்லியிருக்கலாம், இந்நேரத்திற்கு அவள் பள்ளிக்குப் போயிருப்பாள் என்று தோன்றியது. ஆனால், மம்மு போயிருப்பதற்கு வாய்ப்பில்லை. வளர்பிறையின் வீட்டைக் கடந்துதான் அவன் எப்போதும் பள்ளிக்குச் செல்வான். அவன் வரும் நேரம்தான். வளர்பிறை ஒரு காலைத் தாங்கிச் சற்று தத்தித் தத்தி வீட்டிற்கு வெளியே வந்து நின்றாள்.

அவள் நினைத்தவாறே தூரத்தில் மம்மு நடந்து வந்துகொண்டிருந்தான். அவன் பலத்த யோசனையில் நடந்து வந்தான்.

“மம்மு...” என உரக்கக் கத்தினாள் வளர்பிறை. அவளது குரல் அவனுக்குக் கேட்டுவிட்டதும் சிரித்துக்கொண்டே ஓட்டமும் நடையுமாக வந்தான்.

“இன்னும் உனக்குக் கால்வலி சரியாகலயா? நீ இன்னைக்கு பள்ளிக்கூடம் வரலயா...?”

“மம்மு, கால் வலி கொஞ்சம் சரியாச்சு... ஆனா சரியா நடக்கமுடியல... அதான் வரல...”

“எப்போ சரியாகும்...? நீ மட்டும் தனியா வீட்டுல என்ன பண்ணப்போற வளர்...?”

“படம் வரையப்போறேன்...”

“அப்போ நானும் வரட்டா... நானும் வரையிறேன்...”

“உங்கிட்ட கலர் பென்சில் இருக்கா...?”

“இருக்கே...” தலையை வேகமாக ஆட்டினான் மம்மு. வளர்பிறையும் மம்முவும் தரையில் அமர்ந்துகொண்டார்கள். மம்மு தன் புத்தகப்பையில் இருந்த கலர் பென்சில்களைப் பரப்பினான். வளர் இரண்டு வெள்ளைத்தாள்களை எடுத்து வந்தாள். அதில் ஒன்றை மம்முவிடம் தந்தாள்.

“நீ என்ன வரையபோறேப் மம்மு...?”

மம்மு மிகுந்த யோசனை செய்தான். தலையைத் திருப்பி மேலே பார்த்து யோசித்தான். பின்பு ஒரு முடிவுக்கு வராதவனாய், “நீ என்ன வரையப்போறே... வளர்...?” என்றான்.

“நான் மலையும் காடும், ஒரு குட்டி வீடும் வரையப்போறேன்...”என்றாள்.

“நான் என்ன வரையணும்னு நீயே சொல்லு... வரையிறேன்...”

“உனக்கு என்ன புடிக்கும்? யானை, கரடி, சிங்கம், காட்டுப்பூனை, சிறுத்தை, புலி, மான்...?”

சட்டென்று கண்டுபிடித்துவிட்ட களிப்புடன் முகம் மலர்ந்தவாறே “முயல்குட்டி” என்றான்.

“சரி... நீ முயல்குட்டியே வரை.. என் குட்டி வீட்ல அத வளர்ப்போம்... ஆமாம் நீ முயல்குட்டிய பாத்திருக்கியா...?”

“பாத்திருக்கேனே... பக்கத்து வீட்டு தாத்தா பிடிச்சிட்டு வருவாங்க... காது பெரிசா இருக்கும். உருட்டி உருட்டி முழிக்கும்...”

வளர்பிறை சிரித்துக்கொண்டாள். பின்னர் ஒரு வெள்ளைத்தாளில் பென்சிலால் சில கோடுகள் வரைந்தாள். சின்னச் சின்னதாய் மரங்களைப் போன்று கோடுகள் போட்டாள். அதன் பின்னால் சற்று தூரத்தில் உள்ளதுபோல் ஒரு மலையை வரைந்தாள். இடதுபக்கத்துத் தாளில் ஒரு குட்டிக் குடிசையொன்றை பென்சிலால் வரைந்தாள். பின்னர் கலர் பென்சில்களால் அதனதன் வண்ணங்களைத் தீட்டினாள்.

அதற்குள் மம்முவும் முயல்குட்டியின் கால்கள் வரை வரைந்திருந்தான். அவன் முயல்குட்டியின் முகம் கொஞ்சம் கொலு கொலுவென்றிருந்தது.

“உன் முயல்குட்டி நிறைய சாப்டுச்சா...?”

“இன்னும் நான் அதுக்குச் சாப்பாடே வரையல... இனிமேதான் வரையணும்...” என்று சலித்துக்கொண்டான் மம்மு.

அடர் பச்சை மரங்களில் கொஞ்சம் கிளிப்பச்சை நிறம் கலந்து இலைகள் மிளிர்வது மாதிரி, வண்ணம் தீட்டிக்கொண்டாள் வளர்பிறை. பின்பு மலைக்குக் கறுப்பும் பழுப்பும் சிறிது கரும்பச்சையும் தீட்டினாள்.

அதன் கீழே குட்டி வீட்டின் சுவருக்கு மஞ்சள் நிறம் பூசினாள். மம்மு முயலை விட்டுவிட்டு வேடிக்கைப் பார்த்துக் கொண்டிருந்தான். தாடையில் கைவைத்துக் கொண்டான். பின்பு தலையை ஒருபுறமாகச் சாய்த்து வைத்துக்கொண்டு பார்த்தான்.

“உன் முயலுக்கு நிறம் தீட்டலயா மம்மு...?”

“முயல் நிறம் வெள்ளைதானே...?”

“அங்கங்கே பழுப்பு நிறமும் கொஞ்சம் லைட் ஊதாவும், குடு அழகாயிருக்கும்... அது வெள்ளைதான் கொஞ்சம் ஆங்காங்கே திட்டுத் திட்டாய் கறுப்பும், வெள்ளையுமாய் கலந்திருக்கும்...” என்று வளர் பதில் சொன்னாள்.

மம்மு சற்று குழப்பமாய் யோசித்துவிட்டு முயல் வரைந்திருந்த பேப்பரை தனக்கருகே இழுத்து நிறம் அடிக்க முயற்சித்தான்.

வளர்பிறை வீட்டுக்குக் கூரையை வரையத் தொடங்கினாள். கருஞ்சிவப்பால் அதற்கான கோடுகள் போடும்போதுதான் அவள் கவனித்தாள். அந்தக் கூரைக்குமேல், மரத்திற்குமேல் ஒரு கருங்கழுகு இறக்கை விரித்துப் பறப்பது மாதிரி இருந்தது. அதனை அவள் வரையவில்லை. அவள் எந்தப் பறவையையும் வரைய உத்தேசம் இருக்கவில்லை. பிறகு எப்படி இந்தப் பறவை வந்தது என்று அவள் யோசிக்கும்போதே அப்பறவை பெரிதானது.

வாயடைத்து உட்கார்ந்திருந்தாள் வளர்பிறை. என்ன நடக்கிறது என்று அவளால் சரிவரப் புரிந்துகொள்ள முடியவில்லை. அருகிலிருக்கும் மம்முவிடம் கூட சொல்ல அவளுக்கு நினைவில்லை.

அதன் இறகில் திட்டுத் திட்டாய் அரக்கு நிறம் இருந்தது. அதன் கண்கள் செம்பழுப்பு நிறமும் கறுப்பும் கலந்து மின்னியது. அதன் கூரிய அலகில் நெடிய கோடாய் வெள்ளையும் மஞ்சளும் இரண்டறக் கலந்திருந்தது.

அப்பறவை எப்படி வந்தது என்று யோசிப்பதற்குள் அது சற்று பெரிதானதுதான் அவளுக்கு ஆச்சர்யம். அது மட்டுமல்ல கண்களை உருட்டி சிறகடித்துவிட்டு பேச ஆரம்பித்தது.

“சின்னஞ்சிறுமியே நான் சதுப்புக் காட்டிலிருந்து வருகிறேன். எனக்கென்றிருந்த ஆகாயம் தொலைந்துவிட்டது. ஆகவே நீ வரைந்த ஆகாயத்தில் நான் வரவேண்டியது ஆகிவிட்டது. மேலும் உன் பழுத்த மரங்களிலும், ஒற்றை வீட்டிலும் புதர்களிலும் எனக்கான உணவு ஒன்றுமில்லை. நான் மிகுந்த பசியுடன் இருக்கிறேன். என் மீது இரக்கம் கொள்...” என்றது.

வளருக்கு அந்தப் பறவை பேசியது ஆச்சர்யமாய் இருக்கவில்லை. ஆனால் அதன் பசிக்கு என்ன தருவது? கழுகு கோழிக்குஞ்சுகளையும் குருவிகளையும் தவளைகளையும் மீன்களையும் கொத்தித் திண்ணக்கூடியது. அதற்கு நான் என்ன தருவேன்? கோழிக்குஞ்சுகளும் சிறு பறவைகளும் மீன்களும் எனக்கு மிகவும் பிடித்தவை. அவற்றை அந்தக் கழுகுக்கு எப்படி நான் தருவேன் என்கிற கலக்கம் வந்துவிட்டது. தான் எந்த உயிரையும் வரையப்போவதில்லை என்பதில் உறுதியானாள்.

சட்டென்று மம்முவின் தாளில் வரையப்பட்டிருந்த புசுபுசு முயல்குட்டியை மறைக்கச் சொல்லி கட்டளையிட்டாள். மம்மு

பறவையின் குரலைக் கேட்டான். உடனே முயல்குட்டி தாளை அவனது புத்தகப் பைக்குள் திணித்துக்கொண்டான்.

மம்மு அப்பறவையிடம் கேட்டான், "கருங்கழுகே, உனக்கு என்ன உணவு வேண்டும்...?"

"எனக்கு எல்லாமே உணவுதான்... புழுவிலிருந்து தானியங்கள் தின்னும் சிறு பறவைகள் இறந்த உடல்கள் குஞ்சுகள் என எல்லா மாமிசங்களும் எனக்குப் பிடித்தவைதான்."

"அப்படியொன்றையும் நாங்கள் உனக்குத் தரப்போவதில்லை கருங்கழுகே... கொஞ்சம் தானியம் தருகிறோம்... உன் பசிக்கு வேறு வழியில்லை... என் ஆகாயத்திற்குள் உன்னை நான் அழைக்கவேயில்லை. நீ ஒரு அழையா விருந்தாளி... அதற்காக நீ என்ன கேட்டாலும் கொடுப்பதற்கு எங்களிடம் ஒன்றும் இல்லை. நான் சில தானியக் குவியலை வரைகிறேன். அதிலிருந்து நீ கொஞ்சம் பசியாறு...." என்றாள் வளர்.

மனம் சோர்ந்தது கழுகு. ஒருவாறாய் சம்மதித்து ஒரு மரக்கிளையில் அமர்ந்துகொண்டது. மிக வேகமாய் வளர்பிறையும், மம்முவும் ஒரு தானியக் குவியலைச் சிறு குடிசைக்கருகே பென்சில்களால் வரைந்ததும் கழுகு தானியக் குவியலுக்குச் சற்றுத் தள்ளி அமர்ந்து பார்த்துக்கொண்டிருந்தது.

அதற்கு அதனைச் சாப்பிட மனமில்லை. இரண்டு தானியத்தைக் கொத்திப் பார்த்தது. முகம் சுளித்துக்கொண்டது.

"என் ஆகாயத்தின் கீழ் எத்தனை உயிர்கள் புழுக்கள், பூச்சிகள், இறந்த உடல்கள், அதனைத் தின்று கொழுத்தப் புழுக்கள், குட்டிப் பறவைகள், அதன் சிறு குஞ்சுகள் என நிறைந்து கிடக்கும். நான் அவற்றைத் தின்று சந்தோசமாயிருந்தேன். திடீரென என் ஆகாயத்தைத் தொலைத்தேன். நான் இப்போது பசியோடு தவிக்க வேண்டிய நேரம் வந்துவிட்டது. நான் சுவைத்து அறியாத தானியத்தைச் சாப்பிடும்படி நேர்ந்துவிட்டதே.."

"இந்த தானியம் சுவையாக இல்லையா...?"

"இருக்கிறது. ஆனாலும் பழக்கமில்லாத உணவு... நான் எப்போது பசியாறுவேன்...? சிறு சிறு தானியங்களை நான் கொத்தித் தின்று என் பசியைப் போக்க மிகுந்த நேரமாகுமே...

நான் உங்களுக்கு ஒரு முயல்குட்டி கதை சொல்கிறேன் கேளுங்கள்... என் நிலைமை அப்போது உங்களுக்குப் புரிந்துவிடும்...”

மம்முவிற்குப் பகீர் என்றிருந்தது. புத்தகப் பையைத் திறந்து ரகசியமாக முயல்குட்டி இருக்கிறதா என்று பார்த்துக்கொண்டான். இருந்தது. வளர்பிறையும் மம்முவும் வரைந்த முயல்குட்டி பத்திரமாக இருக்கிறது எனக் கண்களின் சாடையால் பகிர்ந்துகொண்டனர்.

அக்கருங்கழுகு மேலும் கொஞ்சம் தானியத்தைக் கொத்திவிட்டு மீண்டும் மரக்கிளையில் அமர்ந்து கதையைச் சொல்லத் தொடங்கியது.

பகுதி 10

மேற்குத் தொடர்ச்சிமலையின் நடுவில் ஒரு வனம். புதர்களும், பெரும் மரங்களும் அடர்ந்த அந்த வனத்தில் முயல்கள் நிறைய உண்டு. அவ்வனம் மலையடிவாரமாக இருந்ததால் அங்கு மனிதர்கள் உணவுக்கும், வியாபாரத்திற்காகவும் விவசாயம் செய்து வந்தனர். உருளைக்கிழங்கு, முள்ளங்கி, கேரட் எனக் காய்கள் செழித்து வளர்ந்த அந்த இடத்திற்குச் சென்று முயல்கள் கேரட்டை சுவைத்துத் தின்று மகிழ்ந்திருந்தது.

நிமி என்ற குட்டி முயல்குட்டியும் அதன் அம்மாவும், தினந்தோறும் அந்த இடத்திற்கு வருவது வழக்கமாக இருந்தது. வழக்கமாக அவை இருளில்தான் கேரட் வயல்களுக்கு வரும். அப்படி வருவதில் பல இடர்ப்பாடுகளும் இருக்கத்தான் செய்தன. சிறுத்தைகளும், குட்டிப்புலிகளும், ஓநாய்களும் இரவுகளில் அங்கு அலைந்துகொண்டிருக்கும். அவற்றின் கண்களில் பட்டால் அவ்வளவுதான்.

அன்றைக்கு ஓடி ஓடிக் களைத்துப்போக வேண்டியதுதான். உணவில்லாமல் நெடுந்தூரம் ஓட வேண்டியிருக்கும். சில நேரங்களில் புதர்களில் ஒளிந்து விடலாம். தப்பித்துக் கொள்ளலாம். உணவைத் தேடிப்போகையில் நாமே பெரிய விலங்குகளுக்கு உணவாக வேண்டியிருக்கிறதே என்ற வருத்தம் அம்முயல்களுக்கு இருந்தது. 'தப்பிப்பிழைத்தவைதான் பாக்கியவான்கள்' என்பது காட்டில் வாழும் உயிரினங்களின் தத்துவம்.

சில நேரங்களில் இரவு நிலா வனத்தைக் காப்பவன் போல் எங்கும் ஒளி பரப்பிக்கிடக்கும். அந்நேரங்கள்தான் வேட்டைக்கான பிரதான நேரமாக இருக்கும். முயல்களுக்கு அந்த மாதிரியான இரவுகள்தான் சவால்கள் நிறைந்தவை. ஒரு புதரிலிருந்து மற்றொரு புதர், அப்புதரிலிருந்து சட்டென்ற பாய்ச்சல், இப்படி பயணம் செய்தால்தான் உயிர் தப்பி கேரட் வயல்களை அடைய முடியும்.

முயல்களுக்கு முள்ளங்கிகளையும் பிடிக்கும். ஆனாலும் கேரட் மிகுந்த சுவையுடையவை. அவ்வாறாகத்தான் முயல்கள் கேரட் வயல்களைப் பெரும்பாலும் சென்றடைந்தன.

நிமிக்கும் அதன் அம்மாவுக்கும் கேரட் பிடித்த உணவுதான் என்றாலும் சில நாட்களாய் நிமிக்கும் கேரட்டின் மேல் பற்று குறைந்துவருகிறது. அதற்குக் காரணம் தனுக் என்ற அணில்குட்டிதான். நிமிக்கும் தனுக்கிற்கும் சிறிது நட்பு இருந்தது.

தனுக் ஓரிடத்தில் இருக்காது என்றாலும் தினசரி பகல் பொழுதுகளில் நிமியைச் சந்திக்கும் பொருட்டு வந்துவிடும். அவர்களிருவரும் வனத்தின் புதருக்குள் உட்கார்ந்து பேசிக்கொண்டிருப்பார்கள். தனுக் எல்லா மரங்களிலும் பாய்ந்து பாய்ந்து ஏறக்கூடியது. நிமியால் மரங்களில் ஏறமுடியாது.

"நீ ஏன் மரம் ஏறக் கற்றுக்கொள்ளக்கூடாது நிமி...?"

"நான் மரம் ஏறி என்ன செய்யப்போகிறேன்? எனக்கான உணவுகள் பூமிக்கடியில்தான் இருக்கிறது. சற்று கால்களால் தோன்டினால் அற்புதமாகக் கிடைத்துவிடும்..."

"கேரட்டுகளையும், முள்ளங்கிகளையும் விட அற்புதமான கனிகள் மரங்களில்தான் உண்டு. நான் அதை காய்களாக இருக்கும்போதே கடித்து உண்பேன்... எனக்கு எப்போது தோன்றுகிறதோ சட்டென்று காலம் நேரம் பார்க்காமல் கனிகளைத் தின்பதற்காக மரங்களில் ஏறிவிடுவேன்... நீயும் உன் அம்மாவும்

அப்பாவிகள்... உங்கள் உணவிற்காக நீண்ட தூரம் போய்க் களைத்துப்போய் உணவு எடுத்து வருகிறீர்கள்... அதனால்தான் சொல்கிறேன்... நீ மரம் ஏறக் கற்றுக்கொள்..." என்றது தனுக்.

தனுக் சொல்வதும் சரியென்றுதான் பட்டது நிமிக்கு. இருந்தாலும் சற்று யோசித்தது. நமக்கு அது சரியாக வருமா? என்று ஆழ்ந்த யோசனைக்குள் இருந்தது.

"கேரட்டை நீ எத்தனை நாளைக்குத்தான் சாப்பிடுவாய்? கொய்யாப்பழம் மிகவும் சுவையாயிருக்கும்... மாங்கனிகள், ஆரஞ்சுப் பழங்கள் என வகை வகையாய் எத்தனை பழங்கள் உண்டு தெரியுமா...?"

நிமிக்கு மனதில் ஆசை வர ஆரம்பித்தது. கனிகளைப் பற்றி ஓயாது சிந்திக்க ஆரம்பித்தது. தனுக் சொல்வது மாதிரி நான் அப்பாவிதான். இது பற்றி அம்மாவிடம் கேட்டால் கண்டிப்பாக ஏற்றுக்கொள்ள மாட்டார். "நமக்கு கேரட்தான் வாய்த்தது" என்று மறுத்து பேச ஆரம்பிப்பார். "வேண்டுமானால் முள்ளங்கியைச் சாப்பிட்டுக்கொள்" என்று கட்டளையிடுவார். என்ன செய்வது? என பலத்த சிந்தனை அவ்வப்போது தோன்றியது நிமிக்கு.

ஒருவாறாய் நிமி ஒரு முடிவுக்கு வந்தது. தனுக்கிடமிருந்து மரம் ஏறக் கற்றுக்கொள்ள வேண்டியதுதான் என நினைத்தது. தன் அம்மாவுக்குத் தெரியாமல் மரம் ஏறக் கற்றுக்கொண்டு பின்னர் அம்மாவிடம் சொல்லலாம் என்று நினைத்தது.

அவ்வாறே பகல் பொழுதுகளில் நிமிக்கு தனுக் மரம் ஏறும் எல்லா விதத்தையும் கற்றுக்கொடுத்தது. அதனைச் சிரமத்துடன் நிமி சில உடல் சிராய்ப்புகளுடன் கற்றுக்கொண்டு வந்தது. தனுக் போல் நிமியால் கிளையிலிருந்து கிளைக்குத் தாவமுடியவில்லை என்றாலும் பற்றிக்கொண்டு ஏறமுடிந்தது.

சில நாட்களில் கொஞ்சமாக மரம் ஏறக் கற்றுக்கொண்டுவிட்டது. அதுவே மிகுந்த சந்தோசத்தைத் தந்தது. ஆனாலும் மரம் ஏறுவது என்பது சுலபமில்லை. அதற்குத் தரையில் ஓடுவதுபோல் மரக்கிளையில் ஓடமுடியவில்லை. பின்னாளில் அது தெரிந்துவிடும் என்று சமாதானம் சொன்னது தனுக். அதனுடைய பயிற்சியால் மரம் ஏறி சில குட்டிப்பழங்களை மரத்திலிருந்தவாறே சுவைக்கத் தொடங்கியது. 'பழங்கள்தான் எத்தனை சுவை...? கேரட்டுகளையும், முள்ளங்கிகளையும் விட' என சந்தோசப்பட்டது.

ஒரு நாள் இரவுப் பயணத்தின்போது நிமி தன் அம்மாவிடம் பேசிக்கொண்டிருந்தபோது "எனக்கு கேரட் சுவை பிடிக்கவில்லை" என்று சொன்னது. "அப்படியானால் இரண்டு நாட்களுக்கு முள்ளங்கி சாப்பிடு. பின்னர் கேரட் சுவையாய் இருக்கும்.

இவைதான் நமக்கு எளிதாய் கிடைக்ககூடிய உணவுகள். மிகுந்த சத்தானவை. நம் பயணம் மிகவும் சுலபமானது. நாம் காலந்தொட்டு இவற்றைத்தான் சாப்பிட்டு வருகிறோம்" என்றது.

"உங்களுக்குப் பழங்கள் பிடிக்காதா...? அவை நன்றாகத்தானே இருக்கிறது. ஏன் அதனை நீங்கள் உண்பதில்லை" என்று கேள்வி கேட்டதும், நிமியின் அம்மா திடுக்கிட்டு நின்றது. அம்மாவின் திடுக்கிடலைப் பார்த்துப் பயந்து நின்றது நிமி என்ற அந்த முயல்குட்டி.

"நீ பழங்களைச் சாப்பிட்டாயா? யார் உனக்குத் தந்தது. இந்தக் காட்டில் யாருடைய சகவாசமும் நமக்குப் பயன் தராது. அது நமக்கு ஆபத்தானது. பழங்களைச் சாப்பிட மரம் ஏறவேண்டியிருக்கும். மரங்களில் ஏறுவது பாதுகாப்பனது அல்ல. அதனால் சில ஆபத்துகளை நாம் சந்திக்கவேண்டி வரும்."

"அம்மா, நான் கொஞ்சம் மரம் ஏறக் கற்றுக்கொண்டேன்... தனுக் என்ற அணில்குஞ்சுதான் கற்றுத் தந்தது. அப்படித்தான் நான் சில பழங்களைச் சாப்பிட்டேன். கேரட்டை விடவும், முள்ளங்கியை விடவும் மிகவும் சுவையாயிருந்தது. வேண்டுமானால் நானே உங்களுக்குப் பறித்துவருகிறேன்..."

"அறிவற்ற மாதிரி பேசாதே நிமி... நம் உடல் இயல்புக்கு அது ஏற்றதல்ல... அது ஆபத்தானது. அணிற்குட்டியின் வேகத்திற்கு நம்மால் எதையும் செய்ய முடியாது. அதனை நம்பி நீ வம்பில் மாட்டிக்கொள்ளாதே. நாம் எப்போதும்போலவே கேரட் வயல்களில் நம் உணவுகளை எடுத்துக்கொள்வோம்."

நிமி சற்று முகம் சுருங்கி நின்றது. முயலம்மா எப்போதும் சொல்லக்கூடிய அறிவுரைகள்தான் இவை என்றாலும், மனம் வருத்தமானது. அன்றைக்கு இரவு நிறைவாக உணவு எடுத்துக் கொள்ளவில்லை. அதற்குச் சாப்பிடவும் பிடிக்கவில்லை. மேலும் கேரட்டின் சுவை அதற்குப் பிடித்தமானதாக இல்லை.

சோர்வுடன் இருந்த நிமியை ஆறுதல் சொல்லி அழைத்துவருவது பெரும்பாடாக இருந்தது அதன் அம்மாவுக்கு. மறுநாளும் நிமி எதையும் தேடிச் சாப்பிடவில்லை. அதன் இருப்பிடத்திலேயே

படுத்துக் கிடந்தது. அதனைப் பார்த்த அதன் அம்மா வருத்தமுற்றது. மிகுந்த சோர்வுற்ற நிமிக்கு அருகில் வந்த அம்மா, "நீ இப்படி செய்வதால் உன் உடல்நலன்தான் பாதிக்கும்... அறிவுரைகள் கசப்பாகத்தான் இருக்கும். நீ கொஞ்சம் பொறுத்துக்கொள். இன்றைக்கு இரவாவது என்னுடன் வந்து உனக்கான உணவை எடுத்துக்கொள். எல்லாம் சரியாகிவிடும்..." என்றது.

ஆனால் நிமி அதன் வார்த்தைகளைக் கிஞ்சித்தும் பொருட் படுத்தவில்லை. மயக்கமுற்றது போல் படுத்துக் கிடந்தது. வேண்டும் என்றே அம்மாவைப் பார்க்காமல் கண்களை மூடிக்கொண்டிருந்தது. நிமியின் அம்மாவிற்கு அதன் செயலில் உடன்பாடு இல்லாவிட்டாலும் என்ன செய்வது என்று தெரியவில்லை.

நிமியின் பிடிவாதம் தொடர்ந்தால் அதனால் பாதிக்கப்படுவது நிமிதான் என்பதைப் புரிந்துகொண்ட அதன் அம்மா ஒரு சமாதானத்திற்கு வந்தது. நிமியைத் தழுவிக்கொண்டது. அப்பொழுதும் நிமி தன் அம்மாவைக் கண்டுகொள்ளாமல் தூக்கம் வருவதுபோலவே படுத்துக் கிடந்தது.

"நிமி...நான் உன்னைப் புரிந்துகொண்டேன். நீ உன் இஷ்டம் போலவே பழங்களைச் சாப்பிடு... மரத்தில் பார்த்து கவனத்துடன் ஏறுவது முக்கியம். அது ஆபத்து நிறைந்தது. உன் மகிழ்ச்சிதான் எனக்கு முக்கியம். நீ போய் அந்த அணிற்குட்டியுடன் விளையாடு... அக்கம் பக்கம் பார்த்துக்கொள். இந்த வனத்தில் எப்போது வேண்டுமானாலும் நமக்கு ஆபத்து வரலாம்..."

நீர் ஊற்று போல் நிமிக்குச் சந்தோசம் பொங்கினாலும் அதனைக் காட்டிக்கொள்ளாமல் தலையை மெதுவாக ஆட்டியது. சிறிது நேரம் கழித்து சற்று சுறுசுறுப்புடன் கிளம்பியது. "நான் வருகிறேன் அம்மா" என்று விட்டு துள்ளிக் குதித்து வடக்கும் தெற்குமாக ஓடி பின் நேராக ஓடியது. அது போவதையே நிமியின் அம்மா பார்த்துக்கொண்டிருந்தது. அதன் மனதில் சற்று கவலையும், வருத்தமும் படர்ந்தது.

நிமி ஓட்டமும் நடையுமாக தனுக்கைத் தேடி வனத்தைச் சுற்றி வந்தது. கடைசியாய் பப்பாளி மரத்தின் உச்சியில் பப்பாளிப் பழத்தின் மேல் உட்கார்ந்திருந்தது தனுக். நிமியைப் பார்த்ததும் கீழே இறங்கி வந்தது.

"பப்பாளி சாப்பிடுகிறாயா...? கனிந்து இனிக்கிறது. இந்த வனம் முழுவதும் இதன் வாசம் அடிக்கிறது பார்த்தாயா...?"

தனுக் சொன்னது போல் அந்த வனம் முழுவதும் பப்பாளிப் பழத்தின் வாசம் நிறைந்திருந்தது. ஆனால் அந்த வாசத்தை சட்டை செய்யவில்லை. அது வேறொரு யோசனையில் இருப்பது மாதிரி தலையைத் திருப்பிக்கொண்டிருந்தது.

"நீ ஏன் இரண்டு நாட்களாய் கனிகளைச் சாப்பிட வரவில்லை. கொய்யா பழங்கள் எல்லாம் கனிந்துவிட்டன..."

கொய்யாப்பழம் என்றதும் நிமிக்கு நாவில் எச்சில் கொட்டியது. அதன் பழுத்த சுவையை ஏற்கெனவே அறிந்திருந்ததால் ஆர்வத்துடன் "அப்படியா தனுக்... உடனே வா நாம் ஏறிப்போய் கடித்துத் தின்னலாம்..."

"இரு... இப்போதுதான் நான் வயிறு முட்ட பப்பாளிப் பழங்களை தின்றேன். சற்று இளைப்பாறிவிட்டு போகலாம்..."

"என் பசி உனக்குப் புரியவில்லையா? தனுக்... நான் சரியான உணவு எடுத்து இரண்டு நாட்களாகிவிட்டது. மிகுந்த பசியும் களைப்புமாக இருக்கிறேன்... நீயோ உன் புளித்த ஏப்பம் பற்றிப் பேசுகிறாய்..."

"சரி... வருகிறேன். ஆனால் நான் ஒரு கொய்யாப்பழம் கூட சாப்பிடமாட்டேன் சரியா...?"

இருவரும் வனத்தின் அடுக்கடுக்கான புதர்களுக்குள் புகுந்து, நீர்ப்பாதைகளைத் தாண்டி கொய்யா மரங்கள் இருக்கும் பகுதிக்கு வந்தார்கள். அப்போது வனம் வெயிலால் தகித்துக் கொண்டிருந்தது. கிளிகளும் குயில்களும் மரங்களுக்கிடையில் உட்கார்ந்து பாடல்கள் இசைத்துக் கொண்டிருந்தன.

நிமி கொய்யா மரத்திற்கடியில் வந்து நின்றதும் ஒரு மரத்தைத் தாவிப் பிடித்து மெல்ல மெல்ல கிளைகளைப் பற்றி மேலே ஏறியது. அதற்குள் ஐந்தாறு மரங்களில் ஏறிக் குதித்துவிட்டு சட்டென்று நிமி இருக்கும் மரத்திற்கு தனுக் தாவியது.

ஒரு கிளையின் நுனியில் போய் அமர்ந்துகொண்டு வனத்தை வேடிக்கை பார்க்கத் தொடங்கியிருந்தது.

நிமி தொங்கிக்கொண்டிருந்த கிளையில் பழுத்த கொய்யாப் பழங்களைத் தின்னத் தொடங்கியது. மிகவும் ருசியும், மணமாகவும் இருந்தது பழங்கள்.

இரண்டு மூன்று பழங்கள் சாப்பிட்டதும் பசி ஓடிவிட்டது. குட்டி ஏப்பமும் வந்தாகிவிட்டது. இப்பொழுதுதான் மணம் நிரம்பியதாக நிமி ஆனந்தப்பட்டது. நல்லவேளை கடைசி

நேரத்தில் அம்மா சம்மதித்தாள் இல்லையென்றால், இத்தகைய ருசியான பழங்களைச் சாப்பிட முடியாமல் போயிருக்கும் என்று நினைத்துக்கொண்டது.

அம்மாவிற்காக இரண்டு கொய்யாப்பழங்களைப் பறித்துக் கொண்டு இறங்கலாம் என்று அடுத்த கிளைக்கு நகரும்போதுதான் கீழே இறங்குகிற பாதையில் பெருத்த பாம்பு ஒன்று பெரும் பசியுடன் பார்த்துக்கொண்டிருந்தது.

அதன் பார்வையிலிருந்து தீக்கதிர்கள் தெறித்து விழுந்தன. நிமிக்குப் பயத்தில் உடல் உதறல் எடுக்கத் தொடங்கியது. ரோமங்கள் சிலிர்த்தன. எத்தனை ஆபத்தில் மாட்டிக்கொண்டுவிட்டோம் என்று யோசித்தது.

கால்களின் நடுக்கத்தில் கீழே விழுந்துவிடப் போகிறோம் என்று ஒரு பக்கமும், தப்பிக்க என்ன வழியென்று இன்னொரு பக்கமும் மாறி மாறி யோசனை வர மரத்தை இறுகப் பற்றிக்கொண்டு நின்றது.

“தனுக்...” என்று கூப்பிடக்கூட நிமிக்குத் தோன்றவில்லை. ஆனால் நிமி கூப்பிட்டது. அக்குரல் பயத்தில் தொண்டையிலிருந்து வெளிவரவில்லை. தனுக் பக்கத்து மரத்தின் கிளையில் ஓய்வெடுத்துக் கொண்டிருந்தது.

அம்மா எத்தனையோ முறை பாம்புகளைப் பற்றிச் சொல்லியிருக்கிறாள். ‘பாம்புகள் விசப்பற்கள் கொண்டவை. ஒரே கடியில் நம்மைச் சாகடித்துவிட்டு சாவகாசமாய் விழுங்கிவிடும். அவை காட்டில் எல்லா இடங்களிலும் மறைந்திருக்கும். பட்டென்று சீறும். அதன் வழியிலிருந்து ஓடுவதுதான் உத்தமம். சண்டையிட்டு வெற்றிபெற முடியாது.’ அம்மாவின் வார்த்தைகள் சில நொடிகளில் வந்துபோனது.

‘நான் எப்படி இப்போது தப்பிப்பது...? நான் யாரிடம் உதவி கேட்பேன்...?’

அப்போது வானத்தின் அசரீரி போல் ஒரு குரல். அது பாம்புதான் பேசியது. அதன் குரல் கணீரென்று இருந்தாலும் குகைக்குள் இருந்து பேசுவது மாதிரி இருந்தது.

“முயல்குட்டியே, ஏலக்காய் மலையில் உள்ள பாம்புகளின் குடும்பத்தின் கடைசி வாரிசு நான். எனக்கென்று யாருமில்லை. எனக்கென்றிருந்த சில உறவுகளை இந்தக் கதையைச் சொல்லிக் கொண்டிருக்கும் கருங்கழுகுதான் கொத்தி விழுங்கியது. கடைசியாய்

அதன் கால்களில் நான் மாட்டிக்கொண்டபோது அதனிடம் கெஞ்சினேன்.மனம் இளகிய கருங்கழுகு என்னிடம் ஒரு சாபத்தை தந்தது.

‘இந்த வனத்தில் எந்த ஜீவராசிகளையும் நீ சாப்பிடமுடியாது. இன்றைக்கு எனக்கிருக்கும் பசிபோலவே எப்போதும் உனக்கு பசித்துக்கொண்டே இருக்கும். இன்றையிலிருந்து பதினைந்தாம் நாளின் பகல்பொழுதில் ஒரு கொய்யா மரத்தில் ஒரு முயல்குட்டியை நீ காண்பாய்... அப்போது நான் இந்த ஆகாயத்தில்தான் சுற்றிக்கொண்டிருப்பேன்.

கடவானன் என்ற என் பெயரை இம்மலை அதிரும்படி அழைத்தால் நான் அரைநொடியில் வருவேன். நான் அம்முயலைக் கொத்தி தின்ன உன் பசி போய்விடும். அதிலிருந்து இச்சாபத்தில் மீண்டுவிடுவாய்...’ என்று விட்டுப்போனது.

நான் கடும் பசியில் இருந்த ஒருநாள் எங்கள் பரம்பரையின் வீரிய நாகத்தைக் கண்டேன். அது மிகவும் வயதாகிச் சோர்வுற்று இருந்தது. அப்போது அதனிடம் என் சாபத்தையும் சொல்லி அழுதேன்.

இந்த அடர்வனத்தின் எல்லையில் வடக்கின் மூலையில் ஒரு செம்மண் புற்று ஒன்று இருக்கும்... அதற்கு நான்கு வாசல் இருக்கும்... முழு நிலவு பிரகாசிக்கும் நடு இரவின்போது போனால் நிலவின் ஒளி ஒரு வாசலில் மட்டும் படும். அவ்வாசல் வழியாய் போனால் கடைசியில் கரும்பளிங்கு ஒன்றை நீ காண்பாய். அதனை எடுத்துவந்து புற்றுக்கு வெளியே வைத்தால், அக்கழுகு அதன் ஆகாயத்தைத் தொலைக்கும். அப்படியும் உன் பசி அடங்காது.

அந்தக் கருங்கழுகு சொன்னது மாதிரி இரண்டு பகல் கழித்து ஒரு நடுப்பகலில் அம்முயல்குட்டியை நீ காண்பாய். கண்டிப்பாய் அதுதான் உன் பசியைப்போக்கும் உணவு. ஆனால் அம்முயலை நீ பார்த்த பிறகு கருங்கழுகின் பெயரை அவ்வனம் அதிர மூன்று முறை சொல்லவேண்டும்.

ஒருவேளை நீ அதன் பெயரை மறந்திருந்தால் அம்முயல் உன்னிடமிருந்து தப்பித்துவிடும் என்றது. அவ்வாறே நான் கரும்பளிங்கை எடுத்துவந்து வைத்தபோது மேற்கும் வடக்கும் இடம் மாறி தெற்கின் திசைமாறி கிழக்கு வழியாய் ஆகாயம் தொலைந்துவிட்டது.

அதற்குப் பிறகு நான் அந்தக் கருங்குழுகின் பெயரை மனதிற்குள் சொல்லிக்கொண்டே அலைந்தேன். இரண்டு பகல் தாண்டி இந்த நடுப்பகலில் உன்னை இந்தக் கொய்யா மரத்தில் கண்டேன்.

என் பசிக்கான உணவு நீதான். உன்னை நான் இந்த மரத்தில் சந்திப்பேன் என்று தெரியாது. மிகுந்த மகிழ்ச்சியாயிருக்கிறேன். அதனால் சற்று பொறு... அக்கருங்கழுகின் பெயரை இவ்வனம் அதிரும்படி அழைத்துவிடுகிறேன்...” என்றது பெரும்பசிகொண்ட பாம்பு.

மிகுந்த கலவரமுற்ற முயல் “தனுக்...” என்று வனம் அதிரக் கத்த அணிற்குட்டி பட்டென்று விழித்து படபடவென தாவி கிளைகளில் குதித்து கொய்யாமரத்திற்கு வந்தது. அப்போது புடைத்துச் சீறிய பாம்பை பார்த்ததும் மற்றொரு கிளை பிடித்து பக்கத்து மரத்திற்குத் தாவி தப்பித்தோம், பிழைத்தோம் என்று ஓடியது. புடைத்த பாம்பு முயலின் படபடப்பையும் கிளைகளின் ஆட்டத்தையும் பார்த்து கருங்கழுகின் பெயரை மறந்துவிட்டது.

நிமி சொன்ன அணிற்குட்டியின் பெயரையே அதுவும் பெரும் குரலெடுத்து கத்த வனம் இருளானது. மேலும் பெரும் பசியெடுக்க அப்புடைத்த பாம்பு சுருண்டு விழுந்தது. வழி தெரியாமல் ஓடித் திரிந்த அணில்குட்டி தனுக் பாம்பை மிதித்தே சென்றது. அதன் மிதி தாங்காத புடைத்த பாம்பும் உயிர்விட்டது.

நிமிக்குப் போன உயிர் திரும்ப வந்துதுபோல் இருந்தது. ஆனால் நிமிக்கு ஒன்று புரிந்தது. இம்மாதிரியான தடைகள் வந்துகொண்டுதான் இருக்கும். அதனால் நாம் பயப்பட வேண்டியதில்லை என்று எண்ணியவாறு அடுத்த மரத்தில் ஏறி பழுத்த கொய்யாப் பழங்களைப் பறித்து எடுத்துக்கொண்டு தன் இருப்பிடத்திற்குப் போனது.

நிமியின் அம்மா அதற்காகக் காத்திருந்தது. நிமி கொண்டுவந்த கொய்யாப்பழங்களைத் தன் அம்மாவிடம் கொடுத்துச் சாப்பிடச் சொன்னது. அம்மா முயலும் அவற்றை ருசித்து சாப்பிட்டு சந்தோசமடைந்தது.

“உண்மைதான் நிமி... கேரட்டுகள், முள்ளங்கிகளைவிட பழங்கள் ருசியாகத்தான் இருக்கிறது” என சந்தோசத்தில் துள்ளிக் குதித்தது. தன் அம்மாவின் சந்தோசத்தைப் பார்த்து நிமியும் பெருமிதம் அடைந்தது.

பகுதி 11

மழைக்காலம் தொடங்கிவிட்ட சமயம். அன்றைக்குப் பூக்கள் உதிர்வது போலவே வானத்திலிருந்து மழை மிகச் சன்னமாக உதிர்ந்து கொண்டிருந்தது. மழை பெய்தால் பள்ளிக்குப் போக வேண்டாம் என்று அம்மா சொல்லிவிட்டு வேலைக்குச் சென்று விட்டாள். வளர்பிறையிடம் ஒரு சிறு குடை உண்டு. அவள் பாட்டி வாங்கித் தந்தது. அதை எடுத்துக்கொண்டு பள்ளிக்குப் போய்விடலாம் என்று அவள் நினைத்திருந்தாள்.

அவள் முழுவதுமாகத் தயாராகிவிட்டிருந்த நேரம். தூவானம் சற்று குறைந்திருந்தது. வீட்டை சாத்திவிட்டு வெளியே வந்து குடையை விரித்துக்கொண்டாள். நடந்தாள். மம்முவும் வந்துவிட்டான்.

அவர்கள் இருவரும் பேசிக்கொண்டே நடந்த போது சுந்தரியும் வந்து சேர்ந்துகொண்டாள்.

மழை நின்றுவிட்டிருந்தாலும், வானம் கலங்கலாய் பெரிது பெரிதான கருத்த மேகங்களைச் சுமந்து நின்றது.

“இன்னைக்கு மழை வர்றமாதிரி இருக்கு... பள்ளிக்கொடம் லீவு விட்டுருவாங்க பாரேன்...” என்றாள் சுந்தரி. ஆனால் குளக்கரையைத் தாண்டி பள்ளிக்குப் போகும்வரை சிறு தூறல்கூட இல்லை. உடல் சில்லென்று இருந்தது.

டீச்சர் அன்று கனகாம்பரப் பூக்களைத் தலையில் வைத்திருந்தார். அதன் வாசம் பள்ளியறையில் மழையின் மண் வாசத்துடன் கலந்திருந்தது. வளர்பிறை சுந்தரிக்குப் பக்கத்தில் உட்கார்ந்திருந்தாள். வருகைப் பதிவேடு எடுத்து வாசிக்க ஒவ்வொருவராய் “உள்ளேன் டீச்சர்...” என்று சொன்னார்கள்.

வளர்பிறைக்கு அன்றைக்கு வந்த கருங்கழுகு சொன்ன கதை மனதில் ஓடிக்கொண்டிருந்தது. அதில் கருங்கழுகின் பெயர் என்ன என்பது அவளுக்கும் மறந்துவிட்டிருந்தது. அந்தக் கருங்கழுகு கதை சொல்லி முடித்ததும். மம்மு வரைந்த முயல்குட்டியைக் காணவில்லை. எப்படி மறைந்தது என்று தெரியவில்லை. அதனை மம்முவால் நம்ப முடியவில்லை. அவன் அழும் நிலைக்குப் போய்விட்டான்.

வளர்பிறைதான் அவனைத் தேற்றினாள். அந்தக் கருங்கழுகும் கதை சொல்லி முடித்ததும் ஆகாயத்திலிருந்து மறைந்துவிட்டிருந்தது. அதற்குமேல் மம்முவால் அங்கு உட்கார முடியவில்லை. தன் பைக்கட்டை சுருட்டிக்கொண்டு வீட்டிற்குப் போய்விட்டான். வளர்பிறை மட்டும் தான் வரைந்திருந்த இயற்கை காட்சியைப் பிரமித்துப் பார்த்துக்கொண்டிருந்தாள்.

“வளர்பிறை...” என்று டீச்சர் கூப்பிடவும் சட்டென்று பழைய நினைவிலிருந்து விடுபட்டு தயக்கத்துடன் “உள்ளேன் டீச்சர்...” என்று சொன்னாள். அவள் பலத்த யோசனையுடனும், தடுமாற்றத்துடனும் சொன்னதை ஆசிரியர் கவனித்துவிட்டார்.

“என்ன வளர்... மழைக்கனவா...?என்ன யோசனை...?”

“ஒண்ணுமில்ல...டீச்சர்...” ஒரு விரலைக் கடித்துச் சிரித்துக் கொண்டே அந்த நிமிடத்தைச் சமாளித்தாள். மழை மறுபடியும் தொடங்கிவிட்டிருந்தது. டீச்சர் கைகளைக் கட்டிக்கொண்டு வெளியே சப்தமில்லாமல் பெய்துகொண்டிருந்த மழையை

ரசித்துக்கொண்டிருந்தார். பள்ளி வளாகத்தில் இருந்த பூக்கள் காற்றில் மரங்களிலிருந்து மழையோடு சேர்ந்து உதிர்ந்து கொண்டிருந்தது. அது கீழே தண்ணீரும் பூக்களுமாய் சேர்ந்து கலைக்கப்பட்ட ஒரு வண்ண ஓவியம் போல் தெரிந்தது.

குளிர் காற்று அறையின் சன்னல் வழியாக வந்தது. டீச்சர் வெளியே வராண்டாவில் சற்று நடந்து பக்கத்து அறைக்குப் போய் விட்டார். கனகும், மம்முவும் சட்டென்று சன்னலுக்கு அருகில் போய் மழையை வேடிக்கை பார்க்கத் தொடங்கியதும், சுந்தரியும் ஓடி நின்றாள்.

சற்று நேரத்திலேயே டீச்சர் வந்துவிட்டார். “மழை நின்றதும் நீங்கள் எல்லோரும் வீட்டிற்குப் போகலாம். இன்று பள்ளிக்கு விடுமுறை விடப்படுகிறது” என்று டீச்சர் சொன்னதும் வளர்பிறைக்குச் சற்று வருத்தம்தான்.

மழைநேரத்தில் பள்ளியில் இருப்பதை அவள் விரும்பினாள். பள்ளி வளாகத்தில் நிற்கும் மரங்களையும் மழையையும் சேர்ந்து பார்க்கச் சிறந்ததாய் இருப்பதும், இதமான காற்று அறையின் சன்னல் வழியாகப் பரவுவதும் அவளுக்கு மிகவும் பிடித்திருந்தது. மனம் மகிழ்ந்திருந்தது.

புங்கை மரம், நெட்டிலிங்கம், பெரு நெல்லி, சிறு நெல்லி, வாதா மரம் என நிறைய மரங்கள் பள்ளிக்குள் இருந்தன.

ஒரு பெரும் சப்தத்துடன் ‘சோ’வென மழை மறுபடியும் பெய்யத் தொடங்கியது. அது மாணவர்களின் சப்தத்தைத் தாண்டியிருந்தது. மழையோடு சேர்ந்த காற்றில் மரங்கள் இதமாய் அசைந்துகொண்டிருந்தன. டீச்சரும் மழையை ரசித்துக் கொண்டிருந்தார். அதனால் வளர்பிறையும் நண்பர்களும் சன்னலுக்கருகில் நின்றவாறு மழையை வேடிக்கை பார்த்துக் கொண்டிருந்தனர். மம்மு மட்டும் புத்தகப்பையுடன் வீட்டிற்குக் கிளம்புவதற்குத் தயாராய் நின்றிருந்தான்.

மழை தரையில் சிறு சிறு குமிழ்களை உருவாக்கி உடைத்துக்கொண்டிருந்தது. சற்று பெரிய காற்றில் சிலிர்த்த மரங்களின் கிளைகளிலிருந்து பூக்களும் இலைகளும், சிறு நெல்லிகளும் உதிர்ந்தன. மழை சற்று நின்றதும் பள்ளிக் குழந்தைகளின் சப்தம் அதிகரித்தது.

“மழை நின்னுருச்சு யாரும் வெளில சுத்தாமா வீட்டுக்குப் போயிடணும்... மழையில நனையக்கூடாது... சரியா...?” என டீச்சர் சொல்லவும் முதல் ஆளாக மம்முதான் தலையாட்டிவிட்டு அறையிலிருந்து வெளியேறினான்.

வளர்பிறையைப் புத்தகப்பையுடன் குடையையும் எடுத்துக்கொண்டாள். சுந்தரியும் அவளுடன் நடந்தாள். மழைத் தண்ணீரில் பழுத்த இழைகளும் பூக்களும் மிதந்தன. கால் வைக்க சில்லிட்டது. பள்ளி வளாகத்திற்கு வெளியே மம்மு நின்றிருந்தான். கனகுவும், சலீமும் வந்துவிட்டார்கள்.

“குறுக்குப் பாதைல போலாமா வளர்...?”

வளர்பிறை தலையாட்டியதும் மம்மு முன்னால் நடந்தான். பின்னால் சுந்தரியும் வளர்பிறையும் நடக்க பின்னால் சலீமும் கனகும் வந்தார்கள்.

மழைத் தண்ணீர் புதிதான நீரோடைகளை உருவாக்கி ஓடிக்கொண்டிருந்தது. இலைகளும் தழைகளும், செடிகளும் குளித்தது போல் இருந்தன. அவர்கள் போன பாதையின் இடதுபுறம் ஒரு புதிய நீரோடை கலங்கலாக ஓடிக்கொண்டிருந்தது.

“கப்பல் விடலாமா...?” கனகு கேட்டான்.

“உனக்குச் செய்யத் தெரியுமா...?” சலீம் கேட்டதும் மம்மு அருகில் வந்தான்.

“ப்பூ... தூசி...நான் சூப்பரா செய்வேன்...”

“டேய்... எனக்கொன்னு செஞ்சித்தாடா... கனகு... நான் பேப்பர் தர்றேன்...” என்றான் மம்மு. சுந்தரியும், வளர்பிறையும் சிரித்தார்கள்.

“அடுத்த மழை வர்றதுக்கு முன்னாடி போயிருவோம்...மழை வந்துச்சின்னா கப்ப கவுந்துரும்...” சுந்தரி எச்சரித்தாள். பக்கத்தில் இருந்த புளிய மரத்துக்கடியில் நின்றார்கள். புடைத்திருந்தத பெரிய வேருக்கு மேல் புத்தகப்பையை வைத்தான் கனகு. பேப்பரைக் கிழித்து மடித்தான். மம்மு தன் பங்குக்கு அவனது நோட்டுப் புத்தகத்தை கிழித்தான்.

“உனக்கு வேணுமா சுந்தரி...?”

“இன்னும் ரெண்டு கிழி...வளர்பிறைக்கும் வேணும்...”

பேப்பர் கிழிக்கப்பட்டது. கனகு சட்டென்று மடித்து ஒடித்து ஒரு சிறு கப்பலாய் செய்தான். இரண்டாவதாக மறு பேப்பரை மடித்தான். கனகைச் சுற்றி நின்று வேடிக்கை பார்த்தார்கள்.

“உனக்கு கத்திக்கப்பல் செய்யத்தெரியாதா...?” என்றான் மம்மு.

“தெரியுமே...”

“யேய்... யேய் கனகு எனக்கு கத்திக்கப்பல் செய்டா...அப்டியே கிழிச்சிட்டே சூப்பரா போகும்...”

“பல்டியடிக்கும்...” என்றான் சலீம். சுந்தரியும், கனகும் குலுங்கிக் குலுங்கிச் சிரித்தார்கள். வளர்பிறை சின்ன நீரோடையைப் பார்த்துக்கொண்டு நின்றிருந்தாள். ஐந்து கப்பல்கள் செய்தாயிற்று. கனகு சட்டென்று பென்சில் எடுத்து எல்லாக் கப்பலிலும் அவரவர் பெயரை எழுதினான்.

“அடையாளத்துக்கு... கத்திக்கப்பல் மம்முவோடது...”

கனகு நீருக்குள் நடந்து நடுவில் நின்று தன் கப்பலை விட்டான். கப்பல் தலை சாய்த்து நீர் போன போக்கில் மெதுவாக நகர்ந்து சற்று வேகமெடுத்தது. அடுத்து மம்முவின் கத்திக் கப்பல் சர்ரென்று ஒரு சுற்று சுற்றி நின்று வேகமாய் போனது. அடுத்து வளர்பிறை, அடுத்து சுந்தரியின் கப்பல், கடைசியாய் சலீமின் கப்பல். எல்லோரும் விட்டாயிற்று.

சில ஒன்றன் பின் ஒன்றாகப் போனது. தண்ணீர் போன பக்கம் கப்பலைப் பார்த்துக்கொண்டே ஓடினார்கள். அவரவர் கப்பலை அவரவர் பார்த்துக்கொண்டனர்.

“கப்பலு எங்கடா போய் நிக்கும்...?” மம்மு சப்தமாகக் கேட்டான். அவனுக்கு மூக்கு வரை ஆனந்தம்.

“தொறைமுகத்துல நிக்கும்...” சுந்தரி சொல்ல எல்லோரும் சிரித்தார்கள். மழை மெல்லிதாகத் தூற ஆரம்பித்திருந்தது. கப்பல்கள் யாவும் வளைந்துபோன நீரோட்டத்தில் பாய்ந்து சுழியில் மாட்டிக் கவிழ்ந்தது.

“அச்சச்சோ...கவுந்துருச்சே...” என ஓடிப்போய் தன் கத்திக்கப்பலைத் தண்ணீரிலிருந்து எடுத்தான் மம்மு. கப்பல் முழுவதுமாக நனைந்திருந்தது. உதட்டைப் பிதுக்கிக்கொண்டான். மீண்டும் தண்ணீருக்குள்ளேயே விட்டெறிந்தான்.

வளர்பிறை தன் குடையை விரித்தாள். சுந்தரி ஒரு குடை எடுத்து வந்திருந்தாள். இரண்டு குடைகளிலும் சேர்ந்தவாறு ஐந்து பேரும் நடந்தார்கள். மம்மு மூழ்கிப்போன கத்திக்கப்பல் பற்றி யோசித்துக்கொண்டே நடந்தான்.

வளர்பிறை வீடு அடைந்தபோது அம்மா வந்திருந்தாள். அம்மா வளர்பிறையைப் பார்த்ததும் "ஏன் இவ்வளவு சீக்கிரம் வந்துவிட்டாய்" என்று கேட்டாள்.

"மழை வந்திருச்சும்மா...அதான் விட்டுட்டாங்க..."

"மழையில நனைஞ்சியா...?"

"இல்லம்மா நான்தான் கொடை கொண்டு போனேனே... வரும்போது கப்பல் விட்டோம்..."

"அந்த பசங்க கூட சேந்தா...?"

"ஆமாம்மா! கனகுதான் கப்பல் செஞ்சான்...சல்லுன்னு போனுச்சே அஞ்சு கப்பலும்..."

அம்மா ஒரு மூடிய பாத்திரத்திலிருந்து சாப்பாடு எடுத்துக்கொடுத்தாள். உணவு சூடாக இருந்தது.

லீலாவின் வீட்டிலிருந்து வரும்போது சில நாட்கள் சாப்பாடு எடுத்து வருவாள். அப்படித்தான் இன்றைக்கும் எடுத்துவந்திருப்பாள் என வளர்பிறை நினைத்துக்கொண்டாள்.

லீலாவும் சுசீலாவும் நினைவுக்கு வந்தார்கள். அவர்கள் போட்டிருக்கும் பளபள ஆடைகளும் வந்தன.

"சாப்பாடு நல்லாருக்கா...?"

வளர் நன்றாயிருப்பதாய் தலையாட்டினாள். அம்மா பாத்திரங்களை ஒழுங்கு பண்ணிக்கொண்டிருந்தாள். அடுப்பில் அப்பாவிற்கான சாப்பாடு ரெடியாகிக்கொண்டிருந்தது.

"உன்ன லீலாவோட அப்பா கேட்டாரு... அடுத்த வாரம் காட்டுக்குப் போறாங்களாம்... உன்ன அழைச்சிட்டு வரச் சொன்னார்... நா... வேணாம்னு சொன்னேன்... கண்டிப்பா அழைச்சிட்டு வரச்சொன்னார்..."

அதைக் கேட்டதும் வளர்பிறைக்கு மகிழ்ச்சி பொங்கியது. ஆச்சர்யத்துடன் அம்மாவைப் பார்த்தாள்.

"நிஜம்மாவா அம்மா... ஹையா... ஜாலி... காட்டுக்குப் போனா யானைய பாக்கணும்..."

"சரி... சரி சாப்பிடு...அடுத்தவாரம் பாத்துக்கலாம்..."

"லீலாவும் சுசீலாவும் வருவாங்கல்ல..."

"அவங்க கண்டிப்பா வருவாங்க..."

அந்த நிமிடத்திலிருந்து காடு அவள் மனதில் உருவெடுக்கத் தொடங்கியது. அதில் அவள் தனியாக ஓடத்தொடங்கியிருந்தாள்.

பகுதி 12

லீலா வீட்டிலிருந்து கிளம்பியதிலிருந்து காடு ஆரம்பித்துவிட்டதாய் காரின் கண்ணாடி வழியாக வளர்பிறை பார்த்துக்கொண்டே வந்தாள். அவளுக்கருகில் லீலாவும், சுசிலாவும் உட்கார்ந்திருந்தார்கள். மூவருக்கும் லீலாவின் அம்மா பிஸ்கட்டுகளைத் தந்திருந்தாள். என்றாலும் வளர்பிறை பிஸ்கட்டுகளைத் தின்னாமல் கைகளில்தான் வைத்திருந்தாள்.

அப்பா சைக்கிள் ஓட்டும்போது ஓடிய மரங்களும், புதர்களும் இப்போதும் அவ்வப்போது தோன்றி ஓடின. ஆனால் அவை இப்போது பலம் கொண்ட மட்டும் ஓடின.

இடையிடையே டப்பாக்கள் போன்ற வீடுகளும், கடைகளும் ஓடின. சிறிது நேரம் அவற்றைப் பார்த்தவாறே இருந்தாள். அந்தப் பயணம் அவளுக்குப் புதிதாகவும் மலர்ச்சியாகவும் இருந்தது. அவள் இதுவரை காரில்

பயணித்திருக்கவில்லை. பஸ் பயணம்தான். பஸ் பயணம் போல் இல்லை. அதைவிட அற்புதமான உணர்வு அவளுக்கு இப்பொழுது கிடைத்தது.

பஞ்சுப்பொதிகளுக்குள் உட்கார்ந்திருப்பது போன்றும், அதனை யாரோ தூக்கிக்கொண்டு பறப்பது போன்றும் இருந்தது அவளுக்கு. லீலா பிஸ்கட்டை தின்றவாறே வந்தாள். சுசீலா சற்று சாய்ந்தவாறு தூங்கிவிட்டிருந்தாள்.

வளர்பிறை இரு கைகளாலும் உட்கார்ந்திருந்த இருக்கையை அழுத்திப் பார்த்தாள். மெத் மெத்தென்று கைகளுக்கு இதமாய் இருந்தது. மதிய உணவிற்காக லீலாவின் அப்பா வண்டியை நிறுத்தினார்.

சாலைக்கருகில் இரண்டு மரங்கள் நின்றிருந்தன. வானுயர்ந்த மரம் அவை. கொத்துக் கொத்தாய் கைகள் விரித்தாற்போல் அம்மரங்கள் கிளைகளைப் பரப்பி நின்றிருந்தது. அதன் இலைச் சருகுகள் பட்டு மெத்தை விரித்தது போல் பரவிக் கிடந்தது. எல்லோரும் இறங்கினார்கள்.

தகித்த வெயிலுக்குக் குடை பிடித்து நிற்பதாய் அண்ணாந்து பார்த்தாள் வளர்பிறை.

அம்மா மதியத்திற்காகத் தயாரித்திருந்த உணவுப் பாத்திரத்தையும் தட்டுகளையும் காரிலிருந்து எடுத்து வந்தார். லீலாவின் அப்பா தண்ணீர் பாட்டில்களை எடுத்து வந்தார்.

லீலாவின் அம்மா சில விரிப்புகளை எடுத்து வர எல்லோரும் உட்கார்ந்தார்கள்.

எலுமிச்சை சாதத்தைத் தட்டுகளில் வைத்து வளர்பிறை அம்மா, ஐந்து பேருக்கும் தந்தார். அவளும் சிறிது சாப்பிட்டாள். சற்று நேரம் அம்மர நிழலில் உட்கார்ந்துவிட்டு மறுபடியும் கார் புறப்பட்டது.

"நாம கல்லட்டியைத் தொடப்போறோம்..." லீலாவின் அப்பா அறிவித்தார். அப்போது மாலை வந்து விட்டிருந்தது. இருபக்கமும் வயல்வெளிகளும் தூரத்தில் கரும்பச்சையில் மலைகளும் தெரிந்தன. வளர்பிறையின் மனதில் மகிழ்ச்சி நிரம்பத் தொடங்கிவிட்டது.

சற்று நேரத்திற்கெல்லாம் பெரும் மரங்கள் அடர்ந்த பகுதி கண்ணில் பட்டது. அதற்குப் பிறகு சின்னதாய் பச்சைப் பசேலென

சிறிதாய் சமவெளி. லீலாவும் சுசீலாவும் எழுந்துகொண்டார்கள். கண்ணாடி வழியாய் வேடிக்கை பார்க்கத் தொடங்கினார்கள்.

கார் மிதமான வேகத்தில் போனது.

“பசங்களா...காரை இனிமே மெதுவாத்தான் ஓட்டுவேன். ரெண்டுபக்கமும் பாருங்க... மான்கள் இப்போதுதான் வரும்...” என்றார் லீலாவின் அப்பா.

சுசீலா துள்ளிக் குதித்தாள். “அய்... மானா...?” என்று விட்டு “வளர்பிறை மான நீ பாத்திருக்கீயா?” என்றாள்.

வளர்பிறை இல்லை என்பது போல் தலையாட்டினாள். பின்பு கண்ணாடி வழியாகக் கூர்ந்து பார்த்துக்கொண்டே வந்தாள். வெளிச்சம் அடர்ந்த காட்டின் மேற்குப்பக்கத்தில் ஒளியத் தொடங்கியிருந்தது. இளம் மஞ்சள் நிற ஒளி சமவெளியில் பட்டு மின்னிக்கொண்டிருந்தது. குட்டிக் குட்டிக் குருவிகள் எதிரும் புதிருமாய் பறந்துகொண்டிருந்தன.

சட்டென்று கார் நின்றது. பின்பு ஊர்ந்தவாறு போனது. அப்போது வளர்பிறை அமர்ந்திருந்த பக்கமாய் சில மான்கள் மேய்ந்துகொண்டிருந்தன. சில நடந்துகொண்டிருந்தன. சில எட்டிப் பார்த்தன.

லீலாவும் சுசீலாவும் சேர்ந்து கத்தினார்கள். துள்ளினார்கள். “ஹையோ... மான் நிக்குது பாரு...”

வளர்பிறைக்கும் அப்படித்தான் கத்தவேண்டும் போல் இருந்தது. இருந்தாலும் அவள் மகிழ்ச்சியில் உறைந்து போய் பார்த்துக்கொண்டிருந்தாள். கொம்பற்ற ஒரு புள்ளிமான் கார் செல்லும் பாதைக்கு வெகு நெருக்கமாய் நின்று எட்டிப் பார்த்தது. இப்போது லீலாவின் அப்பா காரை அதனருகில் நிறுத்திவிட்டார். அந்த மான் காரை உற்றுக் கவனித்தவாறே நின்றது.

யாரும் இல்லாத அந்த இடத்தில் அவர்களது கார் மட்டுமே நின்றிருந்தது. லீலாவின் அப்பா கார் கண்ணாடியை மெதுவாக இறங்கச் செய்தார். இப்போது மிகச் சரியாக மானை பார்க்க முடிந்தது.

“அப்பா... கதவ தொறந்து விடுங்கப்பா. நான் போய் தொட்டுப் பாத்துட்டு வர்றேன்...”

“லீலா யாரும் காரிலிருந்து இறங்கக் கூடாது. இது காடு. நம் பாதுகாப்புதான் முக்கியம். நீ கார்ல இருந்தே பாரு... நான் கதவைத் திறந்தா அது ஓடிடும்...”

எல்லோரும் நெருக்கமாய் நின்றிருந்த அந்த மானைப் பார்த்துக்கொண்டிருந்தார்கள். பிரமித்துப்போய் வளர்பிறை அந்த மானைப் பார்த்தாள்.

அதன் காதுகள் நிமிடத்துக்கொரு முறை அசைந்தது. அதன் பார்வை அவளைக் கூப்பிடுவதுபோல் இருந்தது. அதன் மிளிரும் ரோமங்கள் அத்தனை மென்மையாயிருந்தது. அது பார்த்தவாறே நின்றது.

“இதுக்கு ஏன் கொம்பே இல்ல...?” சுசீலா கேட்டாள்.

“இது குட்டி மான் இனிமேல்தான் கொம்பு வளரும்...” என்று அவள் அம்மா சொன்னார். அப்போது சிறிது தூரத்தில் பெரிய கொம்புடன் கறுத்த மான் ஒன்று ஓடி நின்றது.

“அங்கே பார்... அதுதான் சாம்பார் மான்...” என்றார் லீலாவின் அப்பா.

எல்லோரும் எட்டிப் பார்க்க மிக உயரமாய் பெரிய ஆட்டுக்குட்டி அளவில் வளைந்து நெளிந்த கொம்புகளுடன் அந்த மான் மீண்டும் ஓடத் தொடங்கிவிட்டது.

“அது சாம்பார் சாப்பிடுமாப்பா...” லீலா சொல்லிவிட்டு சிரித்துக்கொண்டாள்.

“சாம்பார்னா அதோட பேரும்மா... நம்ம தமிழ்ல கடம்பை மான்...”

கார் மெதுவாகக் கிளம்பத் தொடங்கியது. அந்தக் குட்டிமான் காரைப் பார்த்துக்கொண்டே நின்றது. கொஞ்ச தூரம் போனதும் நிறைய மான்கள் அதன் தாய்களும் குட்டிகளுமாய் மேய்ந்துகொண்டிருந்தன.

இருள் வருவதற்கு முன் மசினக்குடிக்கு வந்தாயிற்று. தங்குவதற்கு ஒரு தங்கும் விடுதியில் நின்றது கார். விடுதி ஒரு காட்டுப்பகுதியில் இருந்தது. லீலாவின் அப்பா இறங்கியதும் அங்கே அவரை வரவேற்க சில ‘டிப்டாப்’ ஆட்கள் இருந்தார்கள். வணக்கம் வைத்தார்கள். காரிலிருந்து மூட்டை முடிச்சுகளை அவர்களே இறக்கி அறை வரை கொண்டுவந்து தந்தார்கள்.

வளர்பிறையும் அவள் அம்மாவும் தங்குவதற்கு ஒரு தனி அறை தந்தார்கள். வளர்பிறை உள்ளே நுழைந்ததும் பிரமித்து நின்றாள். இளமஞ்சள் நிறத்தில் வண்ணம் அடிக்கப்பட்டிருந்த அந்த அறையில் அவர்கள் படுத்துக்கொள்ள வெள்ளை விரிப்புகளுடன் பெரிய படுக்கை இருந்தது. வாசலை ஒட்டி ஆளுயரக் கண்ணாடி இருந்தது. அதற்கு முன்னால் வளர்பிறை நின்றாள். அச்சு அசலாக அவளது முழு உருவத்தையும் காண்பித்தது ஆச்சர்யத்துடன் பார்த்தாள்.

அவள் அம்மாவும் கண்ணாடியைப் பார்த்துக்கொண்டார். சிறிது நேரத்தில் அவர்களுக்கு காபி கொண்டுவந்து கொடுத்தார் ஒரு முதியவர். உடலுக்குக் கம்பளியாடையும் தலைக்குப் பனிக்குல்லாவும் வைத்திருந்தார். அது ஒரு முன்பனிக்காலம் ஆகையால் மெல்ல பனி பெய்யத் தொடங்கியிருந்தது.

சிறிது நேரத்தில் லீலாவின் அம்மா அவர்கள் அறைக்கு வந்தார். “எப்படியிருக்கிறது அறை?” என்று கேட்டுவிட்டு இரவு சமைக்கவேண்டாம் என்றும் காலையிலிருந்து சமைக்கலாம் என்று சொல்லிவிட்டு சென்றார்.

வளர்பிறை அறைக் கதவைத் திறந்துகொண்டு வெளியே வந்தாள் அறையை ஒட்டி சின்ன வராந்தாவும், அதனை அடுத்து உட்கார்ந்து பேசுவதற்கான வலை அடைக்கப்பட்ட ஒரு சின்னக்குடிலும் இருந்தன. அந்த விடுதியை ஒட்டி இரண்டு சின்ன வீடுகளும் இருந்தது. விடுதியைச் சுற்றிலும் பெரிய கம்பி வலைகளால் தடுத்திருந்தார்கள்.

அவள் வந்தபோது லீலாவும், சுசீலாவும் வெளியே வந்தார்கள். அவர்கள் இப்போது குளிர் தாங்குவதற்காக ஒரு ஸ்வெட்டரை அணிந்திருந்தார்கள். பார்க்க மிகவும் அழகானதாக இருந்தது.

வெளியிலிருந்து சில்லிட்ட காற்று வராந்தாவரை வந்து திரும்பியது. பின்னால் லீலாவின் அம்மாவும் வந்தார். அவள் கையில் ஒரு ஸ்வெட்டர் வைத்திருந்தார்.

“வளர், இந்தா நீ இந்த ஸ்வெட்டரை போட்டுக்கொள். இரவில் மிகக் குளிராக இருக்கும்...” என்று தந்தார்.

வளர்பிறை அதனை வாங்கி மாட்டிக்கொண்டாள். அவளுக்கென்றே தைக்கப்பட்டது போல் இருந்தது. அது ஒரு புத்தம் புது வாசத்துடன் இருந்தது.

அதற்குப் பிறகு லீலாவின் அம்மா அறைக்குள் போக வளர்பிறையும் லீலாவும், சுசீலாவும் நகர்ந்து சின்னக்குடிலுக்குள் வந்தார்கள். அங்கே அந்த வயதான தாத்தா இருந்தார். பார்த்ததும் மஞ்சள் பற்கள் தெரிய சிரித்தார். “வாங்க கன்னுகளா...” என்றார்.

சுசீலா லீலாவின் பின்னால் ஒளிந்தவாறு வந்தாள். அவளுக்கு ஒரு சின்ன பயம் இருந்தது. வளர்பிறை அங்கிருந்த பெஞ்சில் அமர லீலாவும், சுசீலாவும் அடுத்து அமர்ந்து கொண்டனர்.

“தாத்தா, ஏன் சுத்தி வேலி போட்டுருக்காங்க...?” என்றாள் வளர்பிறை.

“புலிக்குட்டி சுத்தற இடம் இது... மொரட்டு யானை, சிறுத்த எல்லாம் இங்கு வந்து போகும்... அதான் வேலியடைச்சிருக்காங்க...”

“அதெல்லாம் எப்ப வரும்...?”

“ராத்திரிதான் வரும்... சில நேரம் பகல்லயும் வரும்.”

“குட்டியானை வருமா...?” லீலா கேட்டாள்.

“வந்தா உன்ன பாக்க சொல்லட்டுமா?” என்று சொல்லிவிட்டு சிரித்து லீலாவின் கைகளைப் பிடித்தார். லீலா கைகளை உதறிக்கொண்டாள்.

“நீங்க பாத்திருக்கீங்களா தாத்தா...?”

“நான் இந்தக் காட்டுக்குள்ளதானே கெடக்குறேன்... நான் நெறய பாத்திருக்கேன். சின்ன வயசில யானெ என்ன தொறத்திட்டு வந்தது... ஓடிவந்துட்டேன்.”

ஜீப் ஒன்று வந்தது. அதிலிருந்து சில பைகளுடன் ஒருவர் இறங்கி வந்தார். சிறிது நேரத்தில் லீலாவின் அம்மா வந்தார்.

“சாப்பாடு வந்துருச்சு, சாப்பிட வாங்க...” என்று சொன்னார்.

மூவரும் எழுந்து போனார்கள். சாப்பிடுவதெற்கென்று தனி அறை ஒன்று இருந்தது. அதன் சுவர்களில் பெரிய பெரிய யானை படங்களும், பறவை படங்களும் ஒட்டப்பட்டிருந்தன. வளர்பிறையின் அம்மாதான் சாப்பாட்டைப் பிரித்துப் பகிர்ந்தார். வளர்பிறை லீலாவின் அருகில் உட்கார்ந்துகொண்டாள்.

“காலைல எல்லாரும் சீக்கிரம் எழுந்திரிக்கணும்...ஜீப் வந்துவிட்டது. நாம காடை சுத்திப் பாக்கப்போகணும்...” என்று லீலாவின் அப்பா சற்று கண்டிப்புடன் சொன்னார்.

எல்லோரும் சாப்பிட்டு முடித்தவுடன் லீலாவையும், சுசீலாவையும் அழைத்துப் போய்விட்டார்கள். வளர்பிறையின் அம்மா சாப்பிட்டார். பின்பு இருவரும் தங்களது அறைக்குள் போனார்கள்.

அப்போது காடு இரைச்சலைத் தொடங்கியிருந்தது. காட்டுப் பூச்சிகளின் இரைச்சல் அறையின் கதவை மூடியவுடன் சற்று குறைந்திருந்தது.

வளர்பிறை புசுபுசுவென இருந்த படுக்கையில் அம்மாவுக்கு அருகில் படுத்துக்கொண்டாள். சன்னலைப் பார்த்தவாறே படுத்திருந்தாள். சிறிய வெளிச்சம் சன்னலுக்கு வெளியே இருந்தது.

"அம்மா, யானை கேட்ட ஒடச்சிட்டு வருமாம்மா...?"

"தெரியலய்யே... நீ ஏன் பயப்படறே ரெண்டு மூணு பேரு பக்கத்தில இருக்காங்க... இந்தக் காட்டுலேயே இருக்கிறவங்க... அவங்களுக்குத் தெரியாதா...? நீ தூங்கு."

"அம்மா, சிறுத்த மரமெல்லாம் ஏறுமாம்...வேலியெல்லாம் அதுக்கு தூசும்மா... அது வந்தா என்ன பண்றது..."

"ரூம் கதவு சாத்தியிருக்கு... அதுக்கு முன்னாடி ஒரு கதவு இருக்கு... சுத்தியும் கேட் போட்டிருக்கு... அதுக்கு ஒரு கதவு இருக்கு... அதவிட லீலா அப்பா இருக்காரு... அவருக்குத் தெரியும்... நீ பேசாம தூங்கு வளர்..."

சற்று நேரம் அமைதியாயிருந்தாள் வளர்பிறை. சன்னலையே பார்த்துக்கொண்டிருந்தாள். சில மின்மினிப் பூச்சிகள் கடந்து போவது தெரிந்தது. வண்டுகளின் இரைச்சல் தொடர்ந்து கேட்டது. இடையே யாரோ பெருங்குரல் எடுத்து கத்துவதுபோல் கேட்டது. பின்பு ஒரு நீண்ட அமைதி. வளர்பிறை நன்றாகக் கண்களை மூடிக்கொண்டாள். வேறொரு உலகம் திறக்கத் தொடங்கியது.

பகுதி 13

வளர்பிறை புது ஆடையை அணிந்துகொண்டாள். அம்மா வகிடெடுத்து தலைவாரி சடை பின்னிவிட்டிருந்தாள். இரண்டு மூன்று முறை ஆளுயரக் கண்ணாடியில் திரும்பித் திரும்பிப் பார்த்துச் சிரித்துக்கொண்டு அம்மாவிற்கு முத்தம் கொடுத்துக் கிளம்பினாள்.

வெளியே இரண்டு குட்டி இளவரசிகளாய் லீலாவும், சுசீலாவும் நின்றிருந்தார்கள். இருவர் கைகளிலும் பிஸ்கட்டுகள் இருந்தன. வளர் பிறையைப் பார்த்ததும் சிரித்தார்கள்.

"சரி நாம கிளம்பலாமா...?"

"நான் எல்லாம் தயாராக வைத்திருக்கிறேன். தண்ணீர் பாட்டில், பிஸ்கட் பாக்கெட், ஐந்து முறுக்குகள், மூன்று பன் கேக்குகள்..." எனத் தோளில் தொங்கிய பையைத் திறந்து காட்டினாள் சுசீலா.

“நாம இப்போ விளையாடற மாதிரி அந்தப் பக்கமாக போய் கேட்டை அடைய வேண்டும். கேட்டை யாருக்கும் தெரியாமல் திறந்துவிட்டால் காடுதான்... அதற்குப் பிறகு நம் விருப்பம் போல் இந்தக் காட்டைச் சுற்றிப்பார்க்கலாம்”

அது போலவே மூவரும் ஒருவர் பின்னர் ஒருவராக நகர்ந்தனர். கேட்டை வளர் திறந்தாள். அது மிகவும் எளிதாகத் திறந்துகொண்டது. லீலா பயந்துகொண்டு நின்றிருந்தாள். வளர்தான் முதலில் வெளியேறினாள். பின்பு சுசீலாவும் அதற்குப்பின் லீலாவும் வந்தார்கள்.

அப்போது விடியல் பொழுதாய் இருந்ததால், சில மரங்கள் பூக்களை உதிர்த்துக்கொண்டும், சில சோம்பலாய் கவிழ்ந்துகொண்டும் இருந்தன. செடி கொடிகள் யாவும் துவண்டிருந்தன. லேசான பனியின் பிடியில் இருந்தது காடு. அவர்கள் வெளியே வந்ததும் கார் வந்து செல்ல ஒரு பெரிய பாதை தெரிந்தது. ஆனாலும் அந்தப் பாதை வழியாகப் போவதில் சிக்கல்கள் உண்டு என்பதை அவர்கள் அறிந்திருந்தார்கள்.

ஒரு சிறு நடைபாதை ஒன்றை அவர்கள் கண்டடைந்தார்கள். அதன் வழியாக நடந்தார்கள். இப்போது சில குருவிகள் விட்டு விட்டுப் பாடல்போல இல்லாமல் கத்தின. அவர்கள் இதுவரை அந்த மாதிரியான பறவைகளின் சப்தங்களைக் கேட்டதில்லை.

லீலா அப்படியே நின்று விட்டாள். சுற்றும்முற்றும் பார்த்தாள். உயரமாய் நின்றிருந்த மரத்தை அண்ணாந்து பார்த்தாள்.

“ஏன் நின்னுட்டே...?”

“என்ன சத்தம்...?”

“குருவி சத்தம்...?”

“என்ன குருவி? இப்படியா சத்தம் போடும்...? நம்ம வீட்ல இருக்கிற குருவியெல்லாம் இந்த மாதிரி சத்தம் போடாதே...”

“இது உங்க வீட்ல வளக்கிற குருவியில்ல... இது சுதந்திரமா சுத்தறக் குருவிகள்... விருப்பம்போல் கத்தும் விருப்பம்போல் சுத்தும்...”

“குருவியெல்லாம் கத்தினா அதுக்குப் பசிக்குதுன்னுதானே அர்த்தம்... காலையிலே அதுக்குப் பசிக்கும்போல...” என்று சமாதானம் சொல்லிக்கொண்டாள் லீலா.

பாதை வளைந்து வளைந்து போனது. மரத்திலிருந்து விழுந்திருந்த இலைச் சருகுகள் அந்தப் பாதை முழுவதும் பரப்பிக் கிடந்தன. இரண்டு பக்கமும் பட்டுப்போன மரக்கிளைகளும் குட்டிச் குட்டிச் செடிப் புதர்களும் இருந்தன. அதன் மேல் பட்டாம்பூச்சிகளும் வேறு சில பூச்சிகளும் பறந்துகொண்டிருந்தன.

அணிற்குஞ்சு அவசர அவசரமாய் துள்ளிக்குதித்து ‘கிக்... கிக்...’ என்று கெஞ்சலாய் குரல் கொடுத்து ஓடியது.

அடர்ந்த மரங்களிலிருந்த சிறு இடைவெளிகளின் வழியாக கிழக்கில் இருந்து சூரிய ஒளிக்கற்றைகள் வந்து விழத் தொடங்கியிருந்தன.

“வளர் இந்தப் பக்கம் ஒரு பாதை போவுது...” என்று நின்றாள் சுசீலா.

“நாம இப்ப இந்தப் பாதையை விடவேணாம். வேறு பாதைல போனா திரும்ப வர்றது நமக்கு மறந்துரும்...” காட்டின் இலக்கணம் தெரிந்தவளாய் பேசினாள் வளர்பிறை.

சிறிது நேரம் அவர்கள் அங்கே நின்றார்கள். அந்த இடம் முழுவதும் செடிகளின் வாசனை நிரம்பியிருந்தது. வானம் தொடும் அளவிற்கு உயர்ந்த மரங்கள் நின்றிருந்தன.

மூவரும் அண்ணாந்து பார்த்தார்கள். அப்போது சில குரங்குகள் மரங்களின் மேல் தாவிக்கொண்டிருந்தன. அதன் தாவலில் கிளைகள் சலசலத்தன. பின்பு அவர்கள் மீண்டும் நடந்தார்கள். பாதைச் சற்று சறுக்கலாக இறங்கியது. லீலாவும், சசீலாவும் அடிமேல் அடிவைத்து இறங்கினார்கள்.

இப்போது சமமான கொஞ்சம் அகலமான பாதையை அவர்கள் அடைந்தார்கள். அவர்கள் மூவரும் காட்டின் இளவரசிகள் போல் இருந்தார்கள். லீலா அவ்வப்போது குதித்து குதித்து நடந்தாள்.

“நரிவந்தா என்னப்பண்றது...?” என்று பாடல்போல் முணுமுணுத்தாள் லீலா.

“புலியோட ஆளுங்கன்னு சொல்லு...” என்றாள் வளர்

“அப்ப புலிவந்தா என்ன பண்றது...?”

“சிங்கத்தோட சொந்தக்காரங்கன்னு சொல்லு...”

“சிங்கம் வந்தா என்ன பண்றது...?”

“யானைதான் காட்டுக்கு ராஜான்னு சொல்லு...”

“காட்டுராஜாவே வந்தா என்ன பண்றது...?”

“பாதை மாறி வந்துட்டோம்னு சொல்லு...” என்று சொல்லிவிட்டு கையைக் குறுக்காக மறித்து அவர்களை நிறுத்தினாள் வளர்பிறை.

“என்ன வளர்...?” என்று சப்தமில்லாமல் கேட்டாள் சுசீலா.

“அங்க பாரு...” என்று கைநீட்டினாள் வளர்.

சிறு சிறு பூச்செடிகளும், புல்வெளியுமாக இருந்த தோட்டம் கண்ணில் பட்டது. அழகு பச்சையில் பலவண்ணப் பூக்கள் கண்களைப் பறித்தன.

அது மட்டுமல்ல, அவர்கள் கண்ட காட்சி திகைக்க வைத்தது.

அந்த அழகான புல்வெளியில் ஒரு வெண்ணிறத் தாடிவைத்திருந்த தாத்தா உட்கார்ந்திருந்தார். அவருக்கருகில் சில கவரி மான்களும், இரண்டு மூன்று முயல்களும் இருந்தன. பத்து பதினைந்து புறாக்களும் அங்கும் இங்கும் நடந்தவாறும், பறந்தவாறும் இருந்தன.

இளம் வெயிலில் அவரின் வெண்ணிறத்தாடி தகதகவென மின்னியது. தலைக்கு பனிக்குல்லாவும் ஒரு கம்பளி மேலாடையும் அணிந்திருந்தார். அவர் உட்கார்ந்தவாறே மான்களோடும், முயல்களுடனும் பேசிக்கொண்டிருந்தார். அந்த இடத்தில் வண்டுகளின் சப்தமில்லை. புறாக்களின் சப்தம் இருந்தது. அவற்றைப் பார்த்ததும் வளர்பிறைக்கும், லீலா, சுசீலாவிற்கும் ஆச்சர்யமாய் இருந்தது. இப்போது அவர்களிடம் இருந்த காட்டின் பயம் முற்றிலுமாகப் போய்விட்டிருந்தது.

அந்த மூன்று சிறுமிகளையும் அவர் பார்க்கவில்லை. அவர் முயல்குட்டியுடன் கொஞ்சிக்கொண்டிருந்தார். மான்களும் அவருக்கு நெருக்கமாகத்தான் அங்கே நின்றுகொண்டிருந்தன. வளர்பிறை இப்போது அவருக்கு மிக அருகில் போனாள். ஆனால் அவர் அவளைத் திரும்பிப் பார்க்கவில்லை.

“வா... சிறுமியே உட்கார்...” என்றார். வளர்பிறை அந்த வார்த்தைகளைக் கேட்டதும் சட்டென்று மகிழ்ந்தாள். மேலும்

அவளுக்கு ஆச்சர்யம். எப்படி நாம் வருவதைப் பார்க்காமல் கண்டுபிடித்தார் என்று? அவர்கள் மூவரும் மிக மிருதுவான புல்வெளியில் கொஞ்சம் இடைவெளி விட்டு உட்கார்ந்தார்கள்.

அவர்களுக்கு முன்னே புறாக்கள் தானியங்களைக் கொத்திக்கொண்டிருந்தன. மான்கள் புற்களை மிக மெதுவாகச் சுவைத்துக்கொண்டிருந்தன. இப்போது முயலை அதன் போக்கில் விட்டுவிட்டு திரும்பி உட்கார்ந்தார். அவர்களைப் பார்த்துக் கைகூப்பி மலர்ந்து சிரித்தார். மூவரும் பதிலுக்குப் பற்கள் தெரிய சிரித்தார்கள். சுசீலா தனது தின்பண்டப் பையை பக்கத்தில் வைத்துக்கொண்டாள்.

"நீங்கள் என்னைப் பார்க்க வரவில்லை என்பது எனக்குத் தெரியும்... ஆனால் நான் உங்களைப் பார்க்கத்தான் இங்கு இருக்கிறேன்..." என்றார்.

"ஏன்...?"

"காட்டைத் தெரிந்துகொள்ள வந்திருக்கும் உங்களை நான்தான் வரவேற்க வேண்டும்..."

"அப்பன்னா நீங்கதான் காட்டுக்கு ராஜாவா...?"

"காட்டுக்கு ராஜா எப்போதுமே யானைதான்... ஏன்னு தெரியுமா? இத்தனை பெரிசா உங்கள சுத்தி மரங்களும் கொடிகளும் செடிகளும் இருக்குல்ல இந்தக் காடு. இந்தக் காட்டை உருவாக்கினது யானைகள்தான். யானை மட்டுமல்ல பல பறவைகளும் உதவியிருக்கு. அப்படின்னா இந்தக் காடு யானைகளோடதுதானே... அப்ப ராஜாவும் அதுதானே..."

"அப்போ நான் புத்தகத்தில படிச்சிருக்கேனே... சிங்கந்தான் காட்டுக்கு ராஜான்னு..."

பற்கள் தெரிய சிரித்தார். விழுந்து விழுந்து சிரித்தார் அந்தத் தாத்தா. இந்த மனிதர்களுக்கு ராஜாக்கள் மீது பயம் உண்டு. அதே போலவே சிங்கங்கள் மீதும் அதிகமான பயம் உண்டு. ராஜாக்களுக்குத் தான்தான் என்ற கர்வமும், மமதையும் சேர்ந்து உண்டு. அது சிங்கங்களுக்கும் உண்டு.

சிங்கங்கள் எளிய சிறிய மிருகங்களைத் தன் உணவாக எடுத்துக் கொள்வதில்லை. தன்னை விட பலமான மிருகத்தை விரட்டி

வேட்டையாடி பசி தீர்த்துக்கொள்ளும். ஆண் சிங்கங்கள் தனக்கான இடத்தைத் தேர்ந்தெடுத்து அதில் எந்த ஆண் சிங்கத்தையும் இருக்க விடாது. சண்டையிட்டு விரட்டி விடும்.

இப்படிச் சில குணங்களால்தான் அதனை மனிதர்கள் ராஜா என்று சொல்லி சந்தோசப்பட்டுக் கொள்கிறார்கள். உண்மையில் அவற்றுக்கே தான் ஒரு ராஜா என்பது தெரிவதில்லை."

"இந்தக் காடு யாரோடது?" லீலா சப்தமில்லாமல் கேட்டாள்.

மனிதனைத் தவிர எந்த விலங்குகளும் இது என்னுடையது என்று சொல்லிக்கொள்வதில்லை தெரியுமா?

இந்தக் காடுகள் விலங்குகளால் பல ஆண்டுகளாய் உருவாக்கப்பட்டது. அவை மரங்களுக்குத் தண்ணீர் விட்டு வளர்ப்பதில்லை. ஆனாலும் இப்பெருங்காடு அவை நமக்காகத் தந்த கொடை. காடுகள் இல்லாமல் நாம் வாழ்வது சாத்தியமில்லை.

மூவரும் அமைதியாகக் கேட்டுக்கொண்டார்கள். தாத்தாவும் சற்று அமைதியாகப் பார்த்துக்கொண்டிருந்தார். பறவைகள் இப்போது பெருங்குரலெடுத்துப் பாடத் தொடங்கியிருந்தன.

"நீங்கள் யாரைப் பார்க்கக் காட்டிற்கு வந்தீர்கள்?" என்றார்.

"நாங்கள் யானைகளையும் அவற்றின் குட்டிகளையும் பார்க்க வந்திருக்கிறோம்..."

"அவை பெரும் பசியுடன் இருப்பவை. நீங்கள் அதற்கு என்ன கொண்டு வந்தீர்கள்...?"

சுசீலா சட்டென்று சொன்னாள் "நான் பிஸ்கட் தண்ணீல்லாம் வச்சிருக்கேன்..."

தாத்தா வாய்விட்டு காடு அதிரச் சிரித்தார். அவரைச் சுற்றி இருந்த முயல்குட்டிகளும் மான்களும் அவரின் சிரிப்பையே பார்த்து நின்றன. இப்போது வளர்பிறையும் சிரித்தாள். பின்னர் லீலாவும், சுசீலாவும் சிரித்தார்கள். அவர்கள் தாத்தா சிரிப்பதற்கு என்ன காரணம் என்று தெரியாமலேயே சிரித்தார்கள். முன்பை விட அதிகமாகச் சிரித்தார்கள்.

சட்டென்று தாத்தா சிரிப்பை நிறுத்தி "யானை ஒரு நாளைக்கு முந்நூறு கிலோ உணவு தின்னும்... இருநூறு கிலோ தண்ணீர் குடிக்கும்... உனக்குத் தெரியுமா?"

“அதெல்லாம் முடியாது. நான் மூணு பிஸ்கட்தான் தருவேன்...” என்றாள் சுசீலா. இப்போதும் எல்லோரும் சிரித்தார்கள். அப்போது ஒரு மான்குட்டி சட்டென்று துள்ளிக் குதித்து வளர்பிறைக்கு மிக அருகில் வந்து நின்றது.

கரும்பளிங்கு போல் அதன் கண்கள் பளிச்சிட்டன. அதனைத் தொடலாமா, வேண்டாமா என்று யோசித்தாள். தாத்தாவின் முகத்தைப் பார்த்தாள். தொட்டுக்கொள் என்பதுபோல் சிரித்தார்.

அவளுக்கு அந்தச் சிரிப்பு சுதந்திரம் தந்தது. மெதுவாக, மிக மெதுவாக அதன் காதுகளைத் தொட்டாள். இரவு அவள் படுத்திருந்த படுக்கையைப் போல் மிருதுவானதாக இருந்தது.

அதன் காதுகளைத் தொட்டதும் அரைக் கண்களை மூடி அப்படியே நின்றது. இப்போது அதன் கழுத்தைத் தொட்டுத் தடவினாள். அப்போது லீலாவும், சுசீலாவும் பக்கத்தில் வந்துவிட்டார்கள். அவர்களும் அதனைத் தொட்டுப் பார்த்தார்கள். சட்டென்று அந்த மான்குட்டி துள்ளிக்குதித்து வேறு பக்கம் ஓடியது. சுசீலா கெக்கலித்துச் சிரித்தாள்.

“யானைக்குட்டிய பாக்கலாமா...?” என்று லீலா கேட்டாள்.

“நீங்கள் இன்னும் கொஞ்ச தூரம் நடக்க வேண்டும். ஒரு அடர்ந்த காட்டைத் தாண்டி பருத்த மரக்காடுகள் வரும். அதனை ஒட்டி ஒரு நீர் பொங்கும் குளம் இருக்கும். அங்கு தாகம் தீர்த்துக்கொள்வதற்காக யானைகளும் குட்டிகளும் வரும்... யானைகளுக்கு மனிதர்களை புரிந்துகொள்ள விருப்பமில்லை. நாம்தான் அவற்றைப் புரிந்துகொள்ள வேண்டும்... நீங்கள் தூரத்தில் இருந்தே அவற்றை பாருங்கள்... அவை மாறிப் போய்விட்ட மனிதர்களை விட்டு விலகவே நினைக்கிறது.”

தாத்தா அவர்களுக்குச் சில பழங்களைப் பரிசாகத் தந்தார். அதில் சிறு நெல்லிக்கனியும் இருந்தது. அவற்றை சுசீலா தன் தின்பண்டங்கள் வைத்திருந்த தோள் பையில் போட்டு வைத்துக்கொண்டாள். மெத்தென்று இருந்த புல்வெளியை விட்டு நடந்தார்கள். சற்று தூரம் தள்ளி நின்று பார்த்தார்கள்.

அப்போது அந்த வெண்ணிறத் தாடித் தாத்தாவையும், குட்டி மான்கள், புறாக்கள் யாரையும் காணவில்லை. மூவரும் கண்களைக்

கசக்கிவிட்டு மீண்டும் பார்த்தார்கள். ஆமாம், இப்போதும் அந்த இடம் காடாகத்தான் இருந்தது. யாரும் இல்லை.

"அப்படின்னா நாம தொட்டுப் பார்த்த மான்குட்டியும் ஓடிப்போச்சா?" விழிகளை விரித்து ஆச்சர்யத்தில் கேட்டாள் லீலா.சட்டென்று சுசீலா வளர்பிறையை ஒருமுறை கிள்ளிப் பார்த்தாள். வளர்பிறைக்கு வலித்தது. 'ஆ' என்று கத்தினாள்.

"நாம இப்ப கனவு காணவில்லை. நாம் பார்த்தது உண்மைதான். அந்தத் தாடிக்காரத் தாத்தா நம்மிடம் பேசினது, சிரிச்சது எல்லாமே சரிதான். ஆனால் இப்போது தெரியல. அந்த இடத்தில் வெளிச்சம் மட்டுமே இருக்கு..." வளர்பிறையும் அதிகமான குழப்பத்தில்தான் பேசினாள்.

"நாம இந்த எடத்தவிட்டு நகர்றது நல்லதுன்னு நினைக்கிறேன்.." சுசீலா பதற்றத்துடன் பேசினாள்.

"பயப்படாதே சுசீலா... நாம் மெதுவாக நடந்து போலாம்... தாடிக்காரத் தாத்தா நமக்கு வழிய காட்டத்தான் வந்திருப்பார். அது சரிதான்னா அவர் நம்மகிட்ட பழங்களைத் தந்தார்ல... அது அப்படியே இருக்கா பார்..."

சட்டென்று சுசீலா தன் தோள் பையைத் திறந்தாள். எல்லோரும் அவசரமாகப் பார்க்க அதில் அவர் தந்த நெல்லிக்காய் மட்டும் இருந்தது.

"அப்போ மத்த பழத்தக் காணோம்...?"

"நான் ஒண்ணும் சாப்டலே வளர்...காணாப் போச்சு..."

"நெல்லிக்காய் மட்டும் இருக்கே..." வளர் உடனடியாக அதனை எடுத்துப் பார்த்தாள். அது பளிச்சிட்டது. இளம் மஞ்சளாக, கொஞ்சம் பச்சையாக, பளீரென வெண்மையாகப் பிரகாசித்தது.

அவர்கள் மூவருமே பரவசமடைந்து பார்த்தார்கள். நெல்லிக்கனி பிரகாசமாய் தெரிந்தது. அதோடு சேர்ந்து வளர்பிறையின் விரல்களும் பிரகாசித்தன. அந்தச் சமயம் சட்டென்று எங்கிருந்தோ நீண்ட இறகுகளும், அழகிய அலகும் கொண்ட முற்றிலும் வெண்மையான ஒரு பறவை வெடுக்கென்று அந்த நெல்லிக்கனியைத் தன் கால்களால் பறித்துக்கொண்டு பறந்தது.

அப்பறவை வெண்ணிறத்தாடி கொண்ட தாத்தாவைப் போல்தான் இருந்தது. நெல்லிக்காயைப் பற்றியிருந்த அதன் கால்கள் மின்னல் போலவே பளபளத்தன. அது தாழ்வாகவே பறந்தது. அது பறந்த திசையில் அழகான, எந்தச் சிக்கலும் இல்லாத ஒரு பாதை தெரிந்தது. பின்பு பாதையின் கடைசியில் ஒரு பிரகாசிக்கும் குட்டி நட்சத்திரம்போல் தெரிந்து அதன்பின் மெல்ல மெல்ல மறைந்தது.

அப்பறவை காட்டிய பாதையில் மூவரும் மிக நிதானமாக சப்தமில்லாமல் நடக்கத் தொடங்கினர்.

பகுதி 14

கதவு தட்டும் ஓசையில் கனவு கலைந்தது. விழித்துக்கொண்டாள் வளர்பிறை. அம்மாவும் சட்டென்று எழுந்து கதவைத் திறந்தார். அப்போது இளங்காலைப்பொழுதாக இருந்தது. சன்னலை வளர்பிறை உற்று கவனித்தபோது இருள் அகலவில்லை.

சுசீலாவின் அம்மாதான் கதவைத் தட்டியிருந்தார். "சீக்கிரம் கிளம்பிவிடவேண்டும்" என்று சுசீலாவின் அம்மா சொல்வது வளர்பிறைக்கு காதில் விழுந்தது. பல் தேய்த்து முகம் மட்டும் கழுவிக்கொண்டு வளர்பிறை தயாராகிவிட்டாள். வெளியே சுசீலாவும், லீலாவும் நின்றிருந்தார்கள். அவர்கள் இருவரும் மிகுந்த சுறுசுறுப்புடன் பேசிக்கொண்டிருந்தார்கள்.

அதே நேரத்தில் ஜீப் வந்துவிட்டிருந்தது. காலை உணவுக்கான ஏற்பாடு செய்யவேண்டி

இருந்ததால் அம்மா வர மறுத்தார். அம்மா வராமல் இருப்பது வளர்பிறைக்குச் சற்று வருத்தமாகத்தான் இருந்தது. சுசீலாவையும், லீலாவையும் ஜீப்பில் அவர் அப்பா ஏற்றிவிட்டார்.

ஜீப் துணியால் மூடப்பட்டிருக்கவில்லை. ஆனால் சுற்றிலும் தடித்த கம்பிகள் இருந்தன. இருக்கைகளும் கம்பிகளால் அமைக்கப்பட்டிருந்தன. பிடித்துக்கொள்ள ரப்பர் வார்கள் தொங்கிக்கொண்டிருந்தன. வளர்பிறையும் ஏறிவிட்டாள். வசதியாய் அமர்ந்துகொண்டாள்.

சுசீலாவின் அப்பா ஜீப்பின் முன் இருக்கையில் அமர்ந்துகொண்டார். ஜீப் உறுமியபின் பிறகு மெல்ல கேட்டை விட்டு வெளியேறியது. வளர்பிறை திரும்பிப் பார்த்தபோது அம்மா அவர்களைப் பார்த்துக்கொண்டே நின்றார்.

வண்டி மிக மெதுவாகக் குலுங்கிக் குலுங்கிச் சென்றது. சில்லிட்ட காற்று ஜீப் முழுவதும் பரவி அடித்துப்போனது. வெளியே இருள் இன்னும் விலகாமலேயே இருந்தது. அங்காங்கே மின் விளக்குகளின் வெளிச்சம் தெரிந்தது. வளர்பிறை பக்கத்திலிருந்த கம்பியை இறுக்கமாகப் பிடித்துக் கொண்டாள். சுசீலாவும் அவ்வாறே கம்பியை பிடித்துக் கொண்டிருந்தாள்.

லீலா எதையோ தேடிப் பார்ப்பவளைப் போல் இருந்தவள் சட்டென்று வளர்பிறையின் பக்கம் திரும்பினாள்.

“நேத்து நைட்டு ஒரு கனவு வந்திச்சி தெரியுமா உனக்கு?”

வளர்பிறையின் மனம் படபடப்பானது. இரவு நமக்குத் தான் கனவு வந்தது என்று நினைத்திருந்தால் லீலாவுக்கும் கனவு வந்திருக்கிறதே... ஒருவேளை அது இரண்டும் ஒரே கனவாக இருக்குமோ என்று நினைப்பதற்குள் தான் கண்ட கனவை விவரிக்க ஆரம்பித்தாள் லீலா.

ஒரு கையால் கம்பியைப் பிடித்துக்கொண்டு மற்றொரு கையை நீட்டி சொல்ல ஆரம்பித்தாள்.

ஒரு பெரிய கறுப்பு யானை...அது மேல வெள்ளையா ஒரு குட்டிப் புலிக்குட்டி உக்காந்துருக்கு... யானை டங்..டங்குன்னு நடந்து வந்தது. நம்ம மூணு பேரும் அங்கத்தான் இருக்கோம். குட்டியோன்டு புதருக்குள்ள உட்காந்திருக்கோம்...”

“அச்சச்சோ...” சுசீலா.

“அப்போ பாத்து பயங்கர காத்தடிச்சுது... சொலட்டி சொலட்டி... யானை மேல உக்காந்திருந்த புலிக்குட்டிக்குப் பயம் வந்துருச்சு போல... பயங்கரமா உறுமனது...காத்து நிக்கவே இல்ல... அதனால யானை அந்தப் பக்கமா போய்டுச்சு...”

“நீ யானைய நெனச்சிட்டே படுத்திருப்பே; அதான் கனவு வந்திருக்கு...”

“அப்ப ஏன் புலிக்குட்டி வந்திச்சி...?”

“தெரியலயே... எனக்கும் கனவு வந்திச்சி...அதுல புலிக்குட்டியும் வரல பூனைக்குட்டியும் வரல...”

அப்போது கொஞ்சம் விடியத் தொடங்கிவிட்டிருந்தது. ஜீப் ஓட்டுநர் “இதான் மாயார் ரோடு... இங்கருந்து நாலு கிலோ மீட்டர் இருக்கும். ரெண்டு பக்கமும் காடுதான் நடுவுல நாம போவோம்... யானை, லெப்பேடு, புலி எல்லாம் இந்த ரோடு வழியா கிராஸ் பண்ணிப்போகும்... வண்டி மெதுவாத்தான் போகும். சுத்தி முத்தியும் பாத்துக்கங்க...எங்க வேணும்னாலும் யானை நிக்கும்.”

அவர் சொன்னது போலவே ஜீப் மெதுவாக ஊர்ந்து சென்றது. இருபக்கமும் புதர்கள் மண்டிக் கிடந்தன. சிறு சிறு மரங்களும் அதனை ஒட்டி குட்டிக் குட்டி கற்பாறைகளும் கிடந்தன.

விடியலுக்கான காற்றோடு சேர்ந்த குளிரும் படர்ந்திருந்தது. அடிக்கடி சில பறவைகள் குறுக்கும் மறுக்குமாய் பறந்தோடின. அவற்றின் சப்தம் காட்டின் ஒரு பகுதியிலிருந்து மறு பகுதிக்குக் கடந்துகொண்டிருந்தது. இடையில் ஜீப்பின் உறுமல் போன்ற சப்தம் வழி நெடுக கேட்டுக்கொண்டே வந்தது.

வளர்பிறை சற்று பயந்தாள். அவள் அமர்ந்திருந்த பக்கத்தின் எதிர்ப்புறத்தை நன்கு உற்றுக் கவனித்துக்கொண்டே வந்தாள். குட்டி மரங்கள் யானையைப் போன்றே அசைந்தது. சுசீலாவும் அதற்கேற்றாற்போல் பதைபதைப்புடன் பார்த்துக்கொண்டே வந்தாள்.

“யானை வரப்போகுது... யானை வரப்போகுது...” என லீலா மெலிதாக முணுமுணுத்துக் கொண்டே இருந்தாள்.

அப்போது எதிரே ஒரு ஜீப் வந்து பக்கத்தில் வந்து நின்றது. இரு ஜீப் ஓட்டுநர்களும் பேசிக்கொண்டார்கள்.

"எதாச்சும் பாத்தீங்களா...?"

"நாலு நிக்குது, ஒரு குட்டி... சலசலன்னு தொரத்துது.. பாத்துப்போங்க...பட்டமரம் இருக்குல்ல... அத தாண்டி பாலத்துகிட்ட..."

"அப்டியா...!"

மெல்ல ஜீப் நகர்ந்து வேகமெடுத்தது. காற்று இப்போது விசிறியடிக்கத் தொடங்கியிருந்தது. சுசீலாவும், லீலாவும் ஒருவரையொருவர் பார்த்துக்கொண்டார்கள். வளர்பிறை இன்னும் இறுக்கமாகக் கம்பியைப் பிடித்துக்கொண்டாள். சுசீலாவின் அம்மா சற்றே சாய்ந்து தூங்கிக்கொண்டிருந்தார்.

"நாலு நிக்குதுன்னாரே என்னது...?"

"கனவுல பாத்தேல்ல... அதான் இருக்கும்."

"என்ன...? யானையா...?"

"ஆமாம்.."

"அப்ப புலிக்குட்டி...? அதுவுந்தான் கனவுல வந்திச்சி..."

இப்போது ஜீப் முன்னைவிட வேகமாகப் போனது. ஒரு வளைவுக்குப்பின் வண்டி மெதுவாக நின்று ஊர்ந்துபோனது. பின்னர் நின்றது.

"அங்க பாருங்க..." என்றார் சுசீலாவின் அப்பா. எல்லோரும் அவர் கை நீட்டிய பக்கம் பார்த்தனர். சுசீலாவின் அம்மா சட்டென்று விழித்தெழுந்து பார்த்தார். சுசீலாவும், லீலாவும் கொஞ்சம் எழுந்து நின்று கம்பியைப் பிடித்துக்கொண்டு பார்த்தார்கள். வளர்பிறை எழுந்துகொள்ளாமலேயே எட்டிப் பார்த்தாள்.

காதுகளை விசிறிபோல் ஆட்டிக்கொண்டு ஒரு பெரிய யானை தார்ச்சாலையின் நடுவில் நின்று எதையோ தின்பதுபோல் வயசைத்துக்கொண்டிருந்தது. அப்போதுதான் மண்ணில் புரண்டு எழுந்ததுபோல் இருந்தது.

சாலைக்கு அருகில் ஒரு குட்டி யானையும் அதனருகில்

நடுத்தரமான இரண்டு யானைகளும் நின்றிருந்தன. சாலைக்கருகில் நின்றிருந்த யானைகள் வளர்ந்து நின்ற செடி கொடிகளுக்குள் எதையோ தேடி வளைத்து இழுத்துத் தின்று கொண்டிருந்தன.

எல்லா யானைகளுமே மண் நிறத்தில்தான் இருந்தன. அப்போதுதான் அவை மண்ணில் படுத்து உருண்டிருக்கவேண்டும் என்று தோன்றியது.

ஜீப் கடந்துபோக முடியாதபடி சாலையின் நடுவில் பெரிய யானை ஒன்று நின்றிருந்தது. அது மிகவும் கம்பீரமாகவும், அமைதியாகவும் இருந்தது.

"அப்பா, இந்த யானை ஏன் கறுப்பா இல்ல...?"

சுசீலாவின் அப்பா உதடு குவித்து ஆள்காட்டி விரலை நடுவில் வைத்து "உஸ்..." என்றார்.

"யாரும் பேசாதீங்க...அப்டியே சத்தம் போடாம பாருங்க..." ஜீப் ஓட்டுநர் மிக மெதுவாகச் சொன்னார். வெகு இரைச்சலோடு சில பறவைகள் சாலைக்கு மேலே பறந்து சென்றன. சாலையில் நின்றிருந்த யானையின் காதுகள் முன்னைவிட இப்போது வேகமாய் அசைந்தன. குட்டி யானை இப்போது சாலையைத் தொட்டது.

சட்டென்று ஜீப் ஓட்டுநர் வண்டியைப் பின்னால் இயக்கினார். அப்போதுதான் வளர்பிறை கவனித்தாள். சாலை ஓரத்தில் நின்றிருந்த மற்றொரு யானை தடதடவென ஓடி வந்தது. சப்தமிட வார்த்தை இல்லாமல் பயந்து போயிருந்தாள் வளர்பிறை.

அது அருகில் வருவதற்குள் ஓட்டுநர் லாகவமாய் பின்னால் வண்டியை வேகமாக இயக்க வண்டியில் இருந்த எல்லோருக்கும் திக்... திக் என்றிருந்தது.

சாலையில் நின்றிருந்த யானை தலையை ஆட்டி ஒரு முறை பெருங்குரலெடுத்துப் பிளிறியது. ஓடி வந்த யானை நின்று சற்று பின்வாங்கி நடந்தது.

குட்டி யானை சாலையைக் கடந்து வனாந்தரத்திற்குள் நின்றது. அதன் பின்னாலேயே பெரிய யானையும் கம்பீரமாக நடந்தது. பின் நின்ற இரு யானைகளும் மெல்ல நடக்கத் தொடங்கின. ஒரு பெரிய ஆபத்திலிருந்து விடுபட்டதைப் போல் இருந்தது.

“யானை ஏன் ஓடி வந்திச்சிப்பா...?” லீலா படபடப்புடன் கேட்டாள்.

“அது குட்டிய நாம பிடிச்சிட்டு போயிருவோம்னு அதுக்கு தோனியிருக்கும்... அதான் மிரட்டுற மாதிரி ஓடி வந்தது...”

நடந்தது என்னவென்றே புரியாமல் சுசீலாவும், அவள் அம்மாவும் அமைதியாக இருந்தார்கள். வளர்பிறைக்கும் முகம் முழுவதும் பயம் இருந்தது.

அப்பொழுது கனவில் வந்த தாத்தா சொன்னதுதான் ஞாபகத்திற்கு வந்தது. “மனிதர்கள் யானைகளைப் புரிந்துகொள்ளவே இல்லை. அவற்றின் வழித்தடங்களைப் பறித்துக்கொள்ள முயற்சிக்கிறார்கள்.

மனிதர்களை யானைகள் நன்றாகவே புரிந்து வைத்திருக்கிறன. மனிதர்கள் குருடர்களாகவும் செவிடர்களாகவும் நடிக்கப் பழகிக்கொண்டு விட்டார்கள். எல்லாவற்றையும் நிராகரிக்கிறார்கள்.” அவர் சொன்னது எவ்வளவு உண்மை.

அதன்பின் வண்டி மித வேகமாய் தார்ச்சாலையில் போனது. வளர்பிறைக்கு அதில் விருப்பமில்லை. காட்டிற்கு நாம் வந்திருக்க தேவையே இல்லை என்று அவளுக்குத் தோன்றியது.

அதற்குப் பிறகு சில குட்டி மான்கள் சாலையைக் கடந்து போனது. அவை பயத்துடன்தான் கடந்து போயின. வண்டி மண் சாலையைத் தொட்டுத் திரும்பியது. சிறிது நேரத்திலேயே கடைகள் இருக்கும் சந்திப்புக்கு வந்தது. சுசீலாவின் அப்பா வண்டியை நிறுத்தச் சொன்னார்.

எல்லோருக்கும் சூடான டீயும் வடையும் வாங்கி வந்தார். அப்போது ஜீப் டிரைவர் யானை வந்ததையும் அது துரத்தியதையும், பக்கத்தில் நின்றிருந்தவர்களிடம் சொல்லிக் கொண்டிருந்தார். பின்னர் மறுபடியும் வண்டியில் ஏறிக்கொண்டார்கள். வண்டி தங்குமிடத்தை அடைந்தது. சுசீலாவும், லீலாவும் இறங்கினார்கள். வளர்பிறையும் இறங்கிக்கொண்டாள். பள பளவென வெயில் அடிக்கத் தொடங்கியிருந்தது. ஜீப் வந்த சப்தம் கேட்டும் அம்மா ஏன் வெளியில் வந்து பார்க்கவில்லை என்று வளர்பிறைக்குக் கேள்வி எழுந்தது. ஒருவேளை சமைத்துக் கொண்டிருப்பாளா? என்ற ஐயத்தில் சமையலறைப் பக்கம் ஓடிப் பார்த்தாள்.

அங்கு அம்மா இல்லை. ஆனால் சமையல் முடித்து வைத்திருந்தாள். அதற்குள் சுசீலாவும், லீலாவும் சமையலறைக்குள் வேகமாக நுழைந்தார்கள்.

"சமைச்சாச்சா...? எங்க உங்க அம்மாவ காணோம்...?"

"அதான் தேடுறேன்..." என்றவாறு அறைக்குள் ஓடினாள். அங்கே அம்மா ஒரு ஓரத்தில் சுருண்டு படுத்திருந்தார். வளர்பிறை பதற்றத்துடன் அவளருகில் போய் அம்மாவைத் தொட்டாள். அவளது உடல் மிகச் சூடாக இருந்தது.

"அம்மா..." என்று அழைத்தாள்.

அம்மாவால் கண் விழிக்க முடியவில்லை. முனகினார். வளர்பிறை சட்டென்று அறையை விட்டு வெளியேறி சுசீலாவின் அம்மாவை அழைத்தாள்.

பகுதி 15

பள்ளியின் கடைசி மணி அடித்தது. வளர்பிறையும் நண்பர்களும் வழக்கம் போல் வெளியே வந்து நடந்தார்கள். வெயில் அப்போது வெகுவாகக் குறைந்திருந்தது. தூங்குமூஞ்சி மரங்களிலிருந்து சருகுகள் உதிர்ந்து காற்றில் பறந்தன. சிறு மரக்கிளைகளில் சில சிட்டுக்குருவிகள் 'விட் விட்'டென்று தன் பின் வாலை ஆட்டிக் கத்தின.

வளர்பிறை சோர்வாக இருந்தாள். காலையில் வரும்போது அம்மா வேலைக்குப் போயிருக்கவில்லை. காய்ச்சல் இருப்பதாகச் சொன்னாள். வளர்பிறை தானும் வீட்டிலேயே இருப்பதாகச் சொன்னபோது "மாத்திரை போட்டால் சரியாகிவிடும் நீ போ" என்று கடிந்தாள். அதையே நினைத்துக் கொண்டிருந்ததால், வளர்பிறை பள்ளியறையிலும் சோர்வாகத்தான் இருந்தாள்.

“கொளந்தக்கரைப் பக்கமா போலாமா?” என்று மம்மு கேட்டதற்கு வளர்பிறையிடமிருந்து பதிலில்லை. ஆனாலும் அவள் அந்தத் திசையில்தான் நடந்தாள். பின்னால் சுந்தரியும், கனகும் புத்தகப் பைகளோடு நடந்து வந்தார்கள். சலீம் வாயில் எதையோ அசை போட்டுக்கொண்டே நடந்து வந்தான்.

வளர்பிறை அம்மாவைப் பற்றி நினைத்தவாறே நடந்து கொண்டிருந்தாள். அப்போது சுந்தரி பின்னாலிருந்து வேக நடையும், ஓட்டமுமாய் வந்து தோளைத் தொட்டாள்.

“வளர் ஒண்ணும் பேசாம போற... என்னாச்சு?”

அப்போதும் வளர் ஒன்றும் சொல்லவில்லை. ஒன்றுமில்லை என்பது மாதிரி தலையாட்டிவிட்டு நடந்தாள்.

“நேத்து கொளத்துப்பக்கம் பச்ச பாம்பு வந்துருக்கு... மரத்துமேல சலீம் பாத்துருக்கான்... அவ்ளோ பெருசாம்....”

“அவன் புளுகுவான்...” என்றான் மம்மு.

“இல்லடா.... நெசம்மாவே கனகும் பாத்துருக்கான்... மரத்துமேல குருவி முட்டை இருக்கும்ல... அத தின்கிறதுக்குத்தான் அது வந்துருக்கும்...”

“எப்போ...?” என்றாள் வளர்பிறை.

“நேத்து காலைல...இந்தப் பக்கமா வந்தப்போ பாத்துருக்கான்...”

மம்மு சட்டென்று திரும்பி நின்று, “யேய் கனகு... நீ பாத்தியா?” என்று கேட்டான். அதற்கு கனகு ஆமாம் என்று தலையாட்டினான்.

“பாம்பு ஏன்டா பச்ச முட்டைய தின்குது...?”

“பாம்பு முட்டை திங்காது...எங்க ஆத்தா வீட்ல கோழி குஞ்சை பிடிச்சு சாப்பிடறதுக்குத்தான் வரும்...ஆத்தா சொல்லுவாங்க...” என்றாள் வளர்பிறை.

அவர்கள் தட்டான்குளத்து வரைக்கும் வந்து விட்டார்கள். குளம் மாலை வெயிலில் மிளிர்ந்தது. தட்டான்களும் இங்கும் அங்குமாய் அலைந்துகொண்டிருந்தன.

சிலர் குளக்கரையில் குளித்துக்கொண்டிருந்தார்கள். குளத்தை ஒட்டி நின்றிருந்த பெரிய பூவரச மரத்திற்கடியில் நான்கைந்து

சிறார்கள் நின்று எதையோ தீவிரமாகப் பார்த்து விவாதித்தபடி இருந்தனர்.

சட்டென்று கனகு அவர்களை நோக்கி ஓடினான். பின்னாலேயே சலீமும் ஓடினான். மம்மு மெதுவாக நடந்து அந்த இடத்திற்குப் போனான். சுந்தரியும், வளர்பிறையும் என்ன நடக்கிறது என்று புரியாமல் நின்றார்கள்.

மம்மு அந்த இடத்திற்குப் போனதும் திரும்பி சுந்தரியையும், வளர்பிறையையும் வேகமாக வரும்படி கையைக் காட்டினான். எதுவும் புரியாத நிலையில் வளர்பிறையும், சுந்தரியும் அவர்களை நோக்கி ஓடினார்கள்.

பறக்க முடியாமல் குருவிக்குஞ்சு ஒன்று 'கீச்...கீச்' என்று கத்திக்கொண்டிருந்தது. அது மரத்திலிருந்து தவறி விழுந்திருக்கலாம். அல்லது வேறு ஏதேனும் பறவை அதனை தாக்க முற்பட்டு தப்பிச் செல்வதற்காகப் பறக்க நினைத்திருக்கலாம் என்பது மாதிரி சிறார்கள் பேசிக்கொண்டார்கள்.

அது அவர்களைப் பார்த்து மேலும் கத்தத் தொடங்கியது. சிலர் விலகினார்கள். வளர்பிறை அதன் அருகில் உட்கார்ந்து பார்த்தாள். பரிதாபமாய் அக்குஞ்சு அவளைப் பார்த்துவிட்டு முன்னை விட அதிகமாய் கத்தியது.

சட்டென்று மம்முவிடம் புத்தகப் பையைக் கொடுத்துவிட்டு கனகு பக்கத்தில் இருந்த மரத்தில் 'சரசர'வென ஏறினான். வளர்பிறை எழுந்து அவனைப் பார்த்தாள். இப்போது எல்லோரும் மரம் ஏறிக்கொண்டிருந்த கனகையே பார்த்தார்கள்.

அவன் வேறு ஒரு கிளையில் கால் வைத்து அடர்ந்திருந்த இலைகளையும் கிளைகளையும் விலக்கி ஏறினான். இரண்டு நிமிடத்தில் மரத்திலிருந்து கீழிறங்கினான். இப்போது கத்திக்கொண்டிருந்த குருவிக் குஞ்சை தூக்கி வலது கையில் வைத்துக்கொண்டு மறுபடியும் மரத்தில் ஏறினான்.

மற்றவர்கள் கனகையே பார்த்துக்கொண்டிருந்தார்கள். சில நிமிடங்களுக்குள் அவன் மரத்திலிருந்து கீழிறங்கி இரண்டு கைகளையும் தட்டி துடைத்துக்கொண்டான். மம்முவிடம் இருந்து புத்தகப் பையை வாங்கிக்கொண்டான்.

"கனகு, அந்தக் குஞ்சு அங்கேயிருந்துதான் விழுந்திருக்காடா...?"

“அதான் நான் முன்னாடியே ஏறிப் பார்த்தேன்ல... அங்க இதே மாதிரி குஞ்சுங்க இன்னும் ரெண்டு இருக்கு...”

“எப்படிடா கீழே விழுந்துருக்கும்” கனகைப் பார்த்து கனிவோடு கேட்டாள் வளர்பிறை.

“அன்னிக்கு நீ மரத்திலேருந்து விழுந்தில்ல... அது மாதிரி விழுந்திருக்கும்” வளர்பிறைக்கு அது புரிந்தது மாதிரியிருந்தாலும் புன்னகைத்தாள்.

“அதோட அம்மா எங்கடா போயிருக்கும் கனகு...?” மம்மு பரிதாபமாக முகத்தை வைத்துக்கொண்டு கேட்டான். அதற்கு கனகு பதில் சொல்லவில்லை. பூவரச மரங்களைப் பார்த்துக்கொண்டே நடந்தான்.

“சாப்ட எதாவுது கிடைக்குதான்னு தேடப் போயிருக்கும் மம்மு, அதுங்களுக்கு பசிக்குந்தானே...எப்படி ‘வீச் வீச்’சுன்னு கத்திச்சு பாத்தியா...?” என்று வளர்பிறை மம்முவிற்கு பதில் தந்தாள்.

அவ்வாறு அவர்கள் அந்தப் குருவிக் குஞ்சுகளைப் பற்றியும் தாய்க்குருவியைப் பற்றியும் பேசிக்கொண்டே நடந்தார்கள். வளர்பிறை வீட்டுக்கருகில் வந்து விட்டாள். அவளுடைய அப்பத்தா வாசலிலேயே உட்கார்ந்திருந்தார்.

வளர்பிறையைப் பார்த்ததும் எழுந்தார். அவர் முகம் வாடியிருந்தது.

“எப்பத்தா வந்தீங்க...? அம்மா எங்கே?”

“நீ கிளம்பும்மா... அம்மாவ கவர்மெண்ட் ஆசுபத்திரில சேத்திருக்கு... சொரம் தகிக்கிது நின்னபாடில்ல...”

வளர்பிறைக்கு உடனே அழவேண்டும் போலத் தவிப்பு. புத்தகப் பையை ஒரு மூலையில் உதறிவிட்டு சட்டென்று கிளம்பினாள். அப்பத்தாவின் கைகளைப் பிடித்துக்கொண்டு நடந்தாள். கதறும் குருவிக்குஞ்சுகளின் ஞாபகம் வந்து போனது. இந்நேரத்திற்கு அதன் அம்மா வந்திருக்கும்.

அக்குஞ்சுகள் இப்போது அமைதியாகக் கூட்டினுள் இருக்கும். இருக்கமா தெரியவில்லை. என்னைப்போலவே அம்மாவைப் பார்க்கத் தவிக்கும் துடிப்புடன் மேலும் மேலும் கத்திக்கொண்டே இருக்குமா என நினைத்தவாறே நடந்தாள்.

இரண்டு தெருக்களைத் தாண்டி நடந்தார்கள். வழியில் ஐஸ் வண்டிக்காரர் “ஐஸ்...ஐஸ்..” என சப்தம் போட்டுக்கொண்டே போய்க்கொண்டிருந்தார். நிறைய மனிதர்கள் நடந்தவாறும் சிலர் வாகனத்திலும் போய்க்கொண்டிருந்தார்கள். சின்னக்கடை தாண்டி குறுக்குச்சந்தில் நுழைந்து நடந்தார்கள். அடுத்த தெரு கடந்தால் ஆஸ்பத்திரி வந்துவிடும்.

ஆஸ்பத்திரியின் முன் முகப்பில் இரண்டு கேட் இருந்தது. சிறிய கேட் வழியாக வளர்பிறையும் அப்பத்தாவும் நுழைந்தார்கள். அப்பத்தாவின் நடை சற்று விறுவிறுப்பாக இருந்தது. வளர்பிறைக்கு பின்தொடர்வதில் சிரமம் இருக்கவில்லை. வலது பக்கம் திரும்பியவுடன் ஒரு பழைய கட்டடம் குட்டி குட்டிச் சன்னல்களோடும் அதனைச் சுற்றி மனிதர்களும் தெரிந்தார்கள். நிறைய பேர் ஆஸ்பத்திரி முழுவதும் நடந்துகொண்டிருந்தார்கள். செவிலியர்களையோ, டாக்டர்களையோ வெளியே பார்க்க முடியவில்லை.

கட்டடத்தின் வெளியே சிலர் படுத்துக்கொண்டிருந்தனர். நசநசவென சப்தமும் மருந்து வீச்சமும் தொடர்ந்து வந்தன. ஒரு சிறிய கட்டடத்தைத் தாண்டியவுடன் ஊதா நிறத்தில் கேட் போட்ட பெரிய கட்டடம் தெரிந்தது. உள்ளே நிறைய பேர் படுத்திருப்பது வெளியிலிருந்தே தெரிந்தது. ஒரு குழந்தையின் அழுகுரல் கேட்டது. வராண்டாவில் நடந்தார்கள். வளர்பிறை அப்பத்தாவின் கையை இறுக்கமாகப் பிடித்துக்கொண்டாள்.

உள்ளே நுழைந்ததும் நிறைய நோயாளிகள் படுக்கையில் படுத்துக்கொண்டிருந்தார்கள். அவர்களுக்கருகே அவர்களது உறவினர்கள் சோகத்துடன் அமர்ந்திருந்தார்கள். வளர்பிறை அம்மாவைத் தேடினாள். அவர்களைத் தாண்டி அப்பத்தா நடந்தார். இன்னமும் வளர்பிறை அப்பத்தாவின் கைகளைப் பிடித்தபடிதான் நடந்தாள். வயதான பெரியவர் ஒருவர் பெருங்குரலெடுத்து இறுமிக்கொண்டிருந்தார்.

ஒரு மூலையில் இருந்த ஒரு படுக்கையின் அருகில் அப்பா உட்கார்ந்திருப்பது தெரிந்தது. அவர் மிகுந்த கலக்கத்துடன் இருந்தது அவர் முகத்தில் தெரிந்தது.

அப்பாவைக் கண்டதும் அப்பத்தாவின் கைகளை விடுவித்துக்கொண்டு அப்பாவிடம் ஓடினாள் வளர்பிறை.

அவளையறியாமல் கண்கள் நீரைக்கொட்டியன. இருகைகளாலும் துடைக்கத் துடைக்க கண்ணீர் கைகளையும் நனைத்தன.

"அம்மா எங்கேப்பா...?"

அவர் பதில் சொல்லாமல் சற்றே வளர்பிறைக்குத் தெரியாமல் கண்களைத் துடைத்துக்கொண்டார். அப்பத்தாவும் அப்பாவுக்கு அருகில் உட்கார்ந்தார்.

"எங்கப்பா...அம்மா... நான் பாக்கணும்ப்பா..."

"அம்மாவுக்கு மூச்சுதிணறல்னு கண்ணாடி ரூம்ல வச்சிருக்காங்க... உள்ள யாரையும் விடமாட்டாங்க... சரியானதும் இங்க கொண்டு வருவாங்க..."

"எட்டி நின்னு பாக்கலாம்பா..." என்றாள் அழுதவாறே வளர்பிறை. அவளின் கண்களில் கண்ணீர் கொட்டிக்கொண்டே இருந்தது. அப்பத்தா சேலை முந்தானையால் அவளை அணைத்துத் துடைத்தார். வளர்பிறை அம்மாவைக் காணத் துடித்தாள். அதனைப் பார்த்ததும் அப்பா எழுந்துகொண்டார்.

பக்கத்தில் இருந்தவர்கள் எல்லோரும் வேடிக்கையாய் வளர்பிறையைப் பார்த்தார்கள். அவர்களும் அவள் மேல் பரிதாபமாக இருந்தார்கள். வளர்பிறை சட்டென்று எழுந்து அப்பாவுடன் நடந்தாள். தயங்கியவாறே மெல்ல நடந்தார் அப்பா.

"எம்பா... அம்மாவ கண்ணாடி ரூம்ல வச்சிருக்காங்க...?"

"மூச்சித் திணறல்னு சொல்றாங்கடா... ரெண்டு மூணு நாள்ல சரியாயிரும்னு சொல்றாங்க... இப்ப உள்ள விட மாட்டாங்கடா... நாம அந்தப் பக்கமா நின்னா அம்மா படுத்திருக்கிறது தெரியும். அப்டி பாத்துக்கலாம்...."

குறுகிய வழியொன்றில் நுழைந்து நடந்தார்கள். வரிசையாக நோயாளிகள் படுக்கையில் இருந்தார்கள். வெள்ளைச் சீருடையில் செவிலியர்கள் பரபரப்பாக நடந்துகொண்டிருந்தார்கள். அடுத்த கட்டடத்தின் முகப்பு தெரிந்தது. புதுக் கட்டடம். நிறைய பேர் வாசலிலே சோர்வாகக் காத்திருந்தார்கள். உள்ளே இருவரும் நுழைந்ததுமே அவர்களுக்குக் கண்ணாடி அறைகளாகத் தெரிந்தன.

"எந்தப் பக்கம்ப்பா அம்மாயிருக்காங்க...?"

"வளர் இந்தப் பக்கமா வா..." திரைச்சீலை தொங்கவிடப்பட்ட ஒரு சந்துபோல் உள்ள வழியில் அப்பா அழைத்துப் போனார்.

அந்த வழியில் வெளிச்சம் சிறிதாகத்தான் இருந்தது. இடது பக்கச் சுவரில் கண்ணாடிச் சன்னல்கள் இடைவெளி விட்டு விட்டு நிறைய இருந்தன.

ஒன்று... இரண்டு... மூன்று என நகர நான்காவது கண்ணாடி சன்னலை ஒட்டி அப்பா நின்றார். வளர்பிறை அதைப் புரிந்துகொண்டாவளாய் அதன் வழியாய் பார்த்தாள். அது வழியாக இரண்டு படுக்கைகள் தெரிந்தன. ஒன்றில் அம்மா தெரிந்தாள். அசைவற்றுக் கிடந்தாள். அவளுக்கருகில் கம்பியில் குளுக்கோஸ் பாட்டில் தொங்கிக்கொண்டிருந்தது. அதன் வழியாய் சிறுகச் சிறுக சொட்டிக்கொண்டிருந்த குளுக்கோஸ் துளிகள் குழாய் வழியாக இறங்கிக்கொண்டிருந்தன.

முகத்தில் பிளாஸ்டிக் கவசம் மாட்டியிருந்தது. அம்மா... என்று ஒருமுறை கத்தி அழைக்கவேண்டும் போல் வளர்பிறைக்குத் தோன்றியது. ஆனால் அவளால் கத்தமுடியவில்லை. கண்களில் வழிந்த கண்ணீர் துளிகளைத் துடைத்துக்கொண்டாள். அப்பா அவள் தலையை வருடிக்கொடுத்தார்.

“அம்மா வந்துருண்டா... நீ அழதே...” என்று மிக மெல்லிய குரலில் சொன்ன அப்பாவை இறுகப் பற்றிக்கொண்டாள் வளர்பிறை. கண்ணாடி வழியாகக் கொஞ்சம் நெருங்கிப் பார்த்தாள். அக்காட்சியை மனதில் இறுக்கிப் பிடித்துக்கொண்டாள். விட்டுவிலக முடியாமல் நின்றவளின் தோள் தொட்டு அப்பா மெதுவாய் திரும்ப அழைத்து வந்தார். மனதிலிருந்து கண்ணாடிக் காட்சி அகல மறுத்தது.

“எப்பப்பா அம்மா வருவாங்க...?”

அப்பா பதில் சொல்லவில்லை... அவரும் ஏதோ யோசித்தவாறே நடந்தார். வெளியே வந்து பழைய கட்டடத்திற்குள் நுழைந்தபோது அப்பத்தா சுவரில் சாய்ந்து உட்கார்ந்திருந்தார். இப்போது அந்த இடத்தில் இரைச்சல் அதிகமாயிருந்தது. யாரிடமோ செவிலி சப்தம் போட்டுக்கொண்டிருந்தார்.

அப்பத்தா மடியில் சட்டென்று உட்கார்ந்தாள் வளர்பிறை. அவளுக்கு குழப்பமான மனநிலை இருந்தது. ஏன் இப்படி நடந்தது. அம்மாவிற்கு இப்படி ஒரு நிலை ஏன் வந்தது? என யோசித்துக்கொண்டேயிருந்தாள்.

“அம்மா எப்பத்தா எந்திரிப்பாங்க...?” அப்பத்தாவின் முகத்தைப் பார்த்து இப்போது கேட்டாள் வளர்பிறை. அப்பத்தா மிகுந்த யோசனையோடு இருந்தவள் அவள் கேள்வியால் விழித்தார்.

“வந்துருவாப்பா...ரெண்டு மூணுநாள்ல சரியாயி வந்துருவா...”

“அம்மா முழிச்சே பாக்கல அப்பத்தா...”

“ஊசி போட்டுருப்பாங்கல்ல...அதான்...”

அப்போது செவிலி அருகே வந்து நின்றார். அவர் முகம் இறுகி கடுகடுவென இருந்தது.

“இங்கல்லாம் கூட்டம் கூடக்கூடாதுன்னு சொன்னா கேக்கமாட்டீங்களா? பெரிய டாக்டர் வந்தா என்ன திட்டுவாரு... எந்திரிங்க... வெளில போங்க...”

“பச்சபுள்ளம்மா... அம்மாவ பாக்கணுன்னு வந்தா...”

“காலைல பாக்கலாம்... டாக்டர் திட்டுவாரு... போங்கம்மா...”

வளர்பிறை ஒன்றும் புரியாமல் நின்றாள். அப்பத்தா அவளை அழைத்துக்கொண்டு வெளியே வந்தாள். அப்பாவும் அவர்களோடு வெளியே வந்துவிட்டார். வெகுவாக இருட்டியிருந்தது. விளக்குக் கம்பத்தின் அருகே சிலர் போர்த்திக்கொண்டு உட்கார்ந்திருந்தனர். அப்பத்தாவும், வளர்பிறையும் அருகே இருந்த சிமெண்ட் கட்டையில் உட்கார்ந்தனர். அப்பா அவர்களுக்கு இட்லி வாங்கி வந்தார்.

“சரி, நீங்க வீட்டுக்கு கெளம்புங்க... நான் இருக்கேன்... காலைல வரலாம்...” என்றார் அப்பா.

“இல்லப்பா நான் இங்கயே இருக்கேன்...”

“பாப்பா...ஸ்கூலுக்குப் போகணும்ல... போய் தூங்கு... அப்பா பாத்துக்கறேன்...”

“நான் ஸ்கூலுக்கெல்லாம் போலப்பா...அம்மா வரட்டும்...”

“சரிம்மா... இங்க தூங்கமுடியாது... நீ வீட்டுக்குப் போய்ட்டு நாளைக்கு அப்பத்தாவோட வரலாம்...”

ஒருவாறு சமாதானம் அடைந்தாள் வளர்பிறை. அப்பத்தாவோடு வீட்டிற்கு நடந்தாள். வீடு அடைந்தபின் பொட்டலங்களைப் பிரித்து அப்பத்தா வளர்பிறையைச் சாப்பிடச் சொன்னார்.

வளர்பிறைக்கு அப்போது பசி அதிகரித்திருந்தது. அது பசியென அறியாமல் சோர்வாகவே இருந்தாள். பிரித்த பொட்டலத்தில் இருந்த இட்லிகளைப் பிசையத் தொடங்கினாள்.

இருவரும் சாப்பிட்டு முடித்தார்கள். அப்பத்தா வாசலில் உட்கார்ந்தாள். அப்பத்தாவின் மடியில் அண்ணாந்து படுத்துக்கொண்டாள். அவளுக்கு இப்போது அதுவே ஆதரவாக இருந்தது. மேலே கருத்த ஆகாயத்தில் குட்டிக் குட்டியாய் விண்மீன்கள் தெரிந்தன. சில இடங்களில் கூட்டமாயும் சில இடங்களில் சிதறிய சோற்றுப் பருக்கை போலவும் தெரிந்தன. சிறு சிறு விண்மீன்கள் சேர்ந்து கொண்டன.

அது ஒரு சிறு பறவையாய் மாறுவதாய் அவள் யோசித்துக்கொண்டாள். அது பறக்க முடியாமல் வானம் அதிரக் கத்தியது. ஆமாம் அம்மா இல்லாத குட்டிக்குருவிதான் அது என அவள் யோசித்தாள். அப்போது கருமேகம் அந்தக் குட்டிக்குருவியை மறைக்கத் தொடங்கியது. வளர்பிறை தூங்கிப்போனாள்.

பகுதி 16

காலையில் அப்பத்தா டீ போட்டுக் கொடுத்தார். “பள்ளிக்கூடம்தான் முக்கியம். அம்மா உடல்நிலை சரியாகிவிடும். நீ படிக்கப்போ...” என கண்டிப்புடன் அப்பத்தா சொன்னார். வளர்பிறைக்கு அம்மாவைப் பார்க்கவேண்டும் போலத்தான் இருந்தது.

அப்பத்தா அவளுக்குச் சடை பின்னிவிட்டார். உன்னைப் பள்ளிக்கூடத்தில் நான் விட்டுவிட்டு வருகிறேன் என்று சொன்னபோதுதான் வாசலில் மம்மு வந்து நின்றான்.

“நான் மம்முவோட பள்ளிக்கொடம் போறேன்தா... வந்ததும் அம்மாவ பாக்க கூட்டிப்போ...” புத்தகப் பையை எடுத்துக்கொண்டு மம்முவோடு நடக்கத் தொடங்கினாள் வளர்பிறை. மம்மு காவி நிற அரைக்கால் டிராயரும், பாசிப் பச்சைக்நிறத்தில் சட்டையும் அணிந்திருந்தான்.

“உங்கம்மாவுக்கு ஒடம்பு முடியலயா வளர்பிறை...?”

வளர்பிறை தலையாட்டி “ஆமாம்” என்றாள்.

“நீ போய் பாத்தீயா... எந்த ஆஸ்பத்திரில இருக்காங்க...?”

வளர்பிறை அதற்குள் பதில் சொல்லவில்லை. யோசனை செய்தவாறே நடந்து வந்தாள். அன்றைக்கு அவர்கள் தட்டான்குளத்து வழியாகப் போகவில்லை. கனகு வீட்டின் வழியாக நடந்தார்கள். கனகு அப்போதுதான் பள்ளிக்குச் சென்றிருக்கிறான் என்பதை அறிந்து இருவரும் வேகமாக நடந்தார்கள். கனகு தூரத்தில் நடந்து போவதைப் பார்த்துவிட்டார்கள். மம்மு கனகை பெரும் கூப்பாடு போட்டு அழைத்ததும் கனகு திரும்பிப் பார்த்து நின்று விட்டான்.

அவர்கள் அருகில் வரும் வரை கனகு ஒரு மரத்தின் நிழலில் நின்றிருந்தான். மம்மு வளர்பிறையின் அம்மாவிற்கு உடல்நிலை சரியில்லை என்று அவனிடம் சொன்னதும் வளர்பிறையை அவன் பரிதாபமாகப் பார்த்தான்.

“அப்புறம் ஏன் வளர் இன்னைக்குப் பள்ளிக்கொடத்துக்க வர்றே... நீ உங்கம்மாவ பாக்கப்போலயா...?”

“அப்பத்தாதான் வேணாம்னு சொல்லுச்சு கனகு... அம்மாவுக்குச் சரியாயிருமாம்... படிப்புதான் முக்கியம்னு என்னை அனுப்பிட்டாங்க...” மிக மெல்லிய குரலில் வளர்பிறை சொன்னாள்.

மூவரும் தொடர்ந்து நடந்தார்கள். திடீரென வளர்பிறை கனகிடம் கேட்டாள்.

“அந்த குஞ்சோட அம்மா மரத்துக்கு வந்திருக்கும்ல...கனகு...”

“தெரியலயே வளர்... அந்தப்பக்கமா போயி பாத்துட்டுப் போலாமா...? பெல்லடிக்க இன்னும் நெறய நேரமிருக்கு” என்றான் கனகு.

மம்முவுக்கும் அவ்வாறே தோன்றியது. வளர் சற்று யோசித்தாள்.

“அப்போ சீக்கிரமா போ... கனகு... பெல்லடிக்கறதுக்குள்ள வந்துருவோம்...” மம்மு சொன்னதும் கனகு வேகமாக வேறு பாதையில் நடந்தான். வளர்பிறையும் அவர்களுடனேயே ஓட்டமும் நடையுமாகப் போனாள்.

அவள் மனதில் அம்மாவும், அந்தக் குஞ்சுக் குருவியும் வந்து போனது. அன்றைக்கு அதன் கீச்சிடல் காதிற்குள் ஒலித்தது

மாதிரியிருந்தது. நானும்தான் அம்மாவைத் தேடுகிறேன். அக்குஞ்சும் அதன் அம்மாவைத் பார்க்கக் கத்தியது. இருவரும் ஒன்றுதான். ஒருக்கால் அதன் அம்மா இப்போது வந்திருக்கலாம். அதற்கான பசியை அது போக்கியிருக்கலாம்.

நான் அம்மாவைப் பசிக்காகத் தேடவில்லை. அம்மா என் அருகிலேயே இருக்க வேண்டும். அவர் இரவுகளில் நல்ல கதைகளைச் சொல்லக்கூடியவர் மட்டுமல்ல... என் மீது அக்கறையோடு பேசுபவர். அப்பத்தாவும், அப்பாவும் கூடத்தான் அக்கறையோடும், அன்போடும் பேசுவார்கள். ஆனால் அம்மாவின் குணம் தனிதான். அந்த நினைவுகள் பஞ்சுப்பொதிபோல் அவளுடனேயே பறந்து வந்தன.

தட்டான்குளம் அருகே வந்துவிட்டனர். மம்மு கனகின் புத்தகப் பையை வாங்கிக்கொண்டான். சட்டென்று கனகு அந்த மரத்தில் ஏறத் தொடங்கினான். இளம் வெயிலில் மரம் பளிச்சிட்டு நின்றது. அது பல கிளைகளோடு கூடிய இலுப்பை மரம். கனகு உயரமான கிளையைப் பிடித்து உட்காருவது தெரிந்தது வளர்பிறைக்கு.

"என்ன பண்ற கனகு? பெல்லடிக்கப்போவுது... சீக்கிரம் வா... பாத்துட்டீயா...?" என்று கத்தினான் மம்மு.

வளர்பிறை பேசாமல் பார்த்துக்கொண்டிருந்தாள். அவள் மனதில் அன்றைக்குக் கத்திய குருவிக்குஞ்சின் முகம்தான் ஞாபகத்தில் இருந்தது. கனகு இப்போது இறங்கிக்கொண்டிருந்தான். அவன் முகம் அமைதியாகவே இருந்தது.

அவன் இறங்கிய பின்னும் மரத்தைப் பார்த்துவிட்டு புத்தகப்பையை வாங்கிக்கொண்டான்.

பாத்துட்டீயா... அங்கதான் இருக்குங்களா?"

"இல்ல வளர்... மூணையும் காணோம்... "

"அவங்க அம்மா வந்து கூட்டிட்டு போயிருக்கும்டா..." என்றான் கனகு நடந்துகொண்டே.

"நீ பாத்தீயா...?" வளர் அதட்டுவது மாதிரி பேசினாள்.

அதற்குப் பிறகு மூவருமே பேசிக்கொள்ளவில்லை. மௌனமாகவே நடந்து பள்ளியை அடைந்தார்கள். அவர்கள் அருகில் போனபோதுதான் பள்ளியின் ஆரம்ப பெல் சப்தம் ஒலித்தது.

ஓட்டமும் நடையுமாகப் பள்ளியின் உள்ளே நுழைந்தார்கள். அதற்குப் பிறகு அக்குஞ்சுகளைப் பற்றி யாரும் பேசிக்கொள்வில்லை. வளர்பிறைக்கு அதே ஞாபகம்தான். ஒருவேளை அதன் அம்மா அவர்களைக் கூட்டிச்சென்றிருந்தால் மட்டுமே நல்லது என அவள் அவளைச் சமாதானமானாள்.

அப்படித்தான் நானும் என் அம்மாவைத் தேடுகிறேன். இரண்டொரு நாளில் ஆஸ்பத்திரியில் இருந்து வந்துவிடுவார். இரவு பல நல்ல கதைகளை ஆகாயம் பார்த்தவாறே கேட்கலாம். அன்போடு கட்டியணைப்பாள். செல்லமாய் சோற்றுப் பருக்கைகளை ஊட்டிவிடுவார். குதிரைக் கனவுகளை அவரிடம் சொல்லிச் சிரிக்கலாம். வளர்பிறையின் வகுப்பறை சப்தம் இன்றி இருந்தது.

அது உண்மையில்லை. அவளுக்கு எந்த சப்தமும் கேட்கவில்லை. அம்மாவின் ஞாபகம்தான் அதற்குக் காரணம். அன்றைக்குச் சொல்லும்படியான எந்த நிகழ்வும் நடக்கவில்லை. சுந்தரி பள்ளிக்கு வந்திருக்கவில்லை. சலீம் பாடப்புத்தகத்தில் மூழ்கிப்போயிருந்தான். மம்மு சிரத்தையாக எழுதிக்கொண்டிருந்தான். அப்படியாகத்தான் போனது.

பள்ளி விட்டதும் வளர்பிறை யாரிடமும் பேசாமலேயே நடந்தாள். வீடுவரை அவள் நடந்ததே தெரிந்திருக்கவில்லை. அன்றைக்கும் அப்பத்தாவே அவளுக்குச் சோறு ஊட்டிவிட்டாள். சுவையற்ற சோற்றுப் பருக்கைகளை அவள் மென்று விழுங்கினாள்.

இரண்டு மூன்று நாட்களுக்குப் பிறகு அம்மா வீட்டிற்கு வந்துவிட்டார்.

அம்மா முன்போல சுறுசுறுப்பாக இல்லை. சோர்ந்தே படுத்திருந்தார். ஆனாலும் வளர்பிறைக்கு அளவற்ற மகிழ்வே. அம்மாவுக்கு அருகிலேயே உட்கார்ந்து கொண்டாள். அம்மா வளர்பிறையின் தலையைக் கோதி விட்டார். அவளுக்கு அது பிரியமான ஒன்றாயிருந்தது.

அம்மா எழுந்து நடக்கவே இரண்டொரு மாதங்கள் பிடிக்கும் என்று பெரிய மருத்துவர் சொல்லிவிட்டாராம். அப்பத்தாதான் வீட்டு வேலைகளைச் செய்தார். லீலாவின் அப்பாவும், அம்மாவும் இடையில் வந்திருந்தார்கள். அவர்கள் அம்மாவிற்கு நிறைய பழங்களை வாங்கி வந்திருந்தார்கள்.

வளர்பிறையை வீட்டிற்கு அழைத்துப்போய் நான் படிக்கவைக்கிறேன் என்று லீலாவின் அப்பா மன்றாடினார். அம்மாவும், அப்பாவும் அதற்குச் கொஞ்சமும் சம்மதிக்கவில்லை. வளர்பிறையை பிரிய மனமில்லை அம்மாவுக்கு. அதே நிலைதான் வளர்பிறைக்கும்.

அதற்குப் பிறகு அப்பாவின் விருப்பப்படி அப்பத்தாவின் வீட்டிற்கே மூவரும் போய்விட முடிவெடுத்தார்கள். அப்படியே நடந்தது. அன்றிலிருந்து அப்பத்தாவின் வீட்டிலிருந்தே வளர்பிறை பள்ளிக்கு வந்தாள். இப்போது அவள் நடப்பதில்லை. அப்பாவின் சைக்கிளிலேதான் பயணம் செய்கிறாள். இப்போதெல்லாம் ஓடும் பனை மரங்களையும் அதன் சப்தங்களையும் அடிக்கடி கேட்கிறாள்.

அம்மா கொஞ்சம் உடம்பு தேறிவிட்டார். கோழிக்கூண்டில் மேலும் சில கோழிகள் வளரத்தொடங்கிவிட்டன. சில வேளைகளில் சுந்தரியும், சலீமும், கனகும், மம்முவும் வளர்பிறையின் வீட்டிற்கு வருகிறார்கள். அவர்கள் விளையாட அங்கே சில இடங்கள் இருந்தன. அதுவும் மரங்கள் அடர்ந்த பகுதியாதலால். பறவைகள் தங்கள் குஞ்சுகளுடன் விளையாண்டுகொண்டிருக்கும்.

சுந்தரி இப்போது பாட்டுப்பாடி கதை சொல்ல ஆரம்பித்துவிட்டாள். அவள் பாட்டியிடமிருந்து பாட்டுக் கதைகளை அவள் கேட்டுப் பழகிவிட்டாள். மம்மு இப்போது கப்பல் செய்யக் கற்றுக்கொண்டு விட்டான், அதுவும் கத்திக்கப்பல். அவன் மழைநாளை மட்டுமே எதிர்பார்த்திருக்கிறான்.

வளர்பிறை சிட்டுக்குருவிகளுக்கும் மற்ற குருவிகளுக்குமே தண்ணீர் தொட்டி செய்து வைத்திருக்கிறாள். தினசரி தண்ணீர் நிரப்புகிறாள். சலீமும், கனகும் பழ மரங்களில் இப்போதெல்லாம் ஏறிப் பழம் பறித்து வருகிறார்கள். நிறைய குட்டிப் பழங்கள். அதனைப் பங்கிட்டுச் சாப்பிடுகிறார்கள். மிச்சத்தைப் பறவைகளுக்காகத் தருகிறார்கள்.

நேற்றைய பள்ளி நாளில் வளர்பிறை எல்லோருமே வியக்கும் வகையில் கதை ஒன்றை அசராமல் சொன்னாள். அது எல்லோருக்கும் பிடித்துப்போனது. யாரும் அறிந்திராத கதை. குட்டிப்பறவையின் அம்மாவைப் பற்றியான கதை. அதை உங்களுக்கும் சொல்வாள். நீங்கள் அதுவரை பொறுத்திருக்கவேண்டும்.

■

www.ingramcontent.com/pod-product-compliance
Lightning Source LLC
LaVergne TN
LVHW090400051026
849518LV00006B/2193